வரலாறு வளர்த்த வாய்கள்

தொகுதி 1

இஸ்க்ரா

நன்றாகப் பேசுவதற்கும் பேச்சை
ரசிப்பதற்கும் கற்றுக்கொடுத்த அறிஞர்
அண்ணாதுரைக்கு இத்தொகுதி
சமர்ப்பணம்..

பொருளடக்கம்

முன்னுரை

‘எண்ணும் எழுத்தும் கண்ணெனத் தகும்’ எனச் சொல்லும் எவரும் பேச்சை ஒரு பொருட்டாய் மதிப்பதில்லை போலும். இந்தப் பார்வை எனக்கு வெகுநாட்களாக உண்டு. பேசத் தொடங்கிய குழந்தையைப் பேசாதே பேசாதே என வாய்ப் பூட்டுப் போடும் பாலவிகார் ஆகட்டும்; பேச விடாமல் பேசிக் கொண்டிருக்கும் பள்ளிக் கூடங்கள் ஆகட்டும்; பேச்சை வைத்தே ஆட்சியைப் பிடித்த பொதுக்கூட்டங்கள் ஆகட்டும். ஏதோ ஒன்றை நமக்குச் சொல்லாமல் சொல்கின்றன.

சர்வம் பேச்சினால்தான் இந்த உலகம் இயங்குகிறது. ஒரு மெல்லிய இதழ்குவிப்பில் இருந்து பரிணமித்து தானே இத்தனை மொழிகள் வளர்ந்திருக்கின்றன. கத்தி - திணறி - உளறி - விம்மி இப்படி படிப்படியாக வளர்ந்த பண்பட்ட மொழியின் ஆதர்ச உருவமல்லவா இந்தப் பேச்சு!

ஆனால் எதை, எவர்முன்னதாக, எங்கு, எப்படிப் பேசவேண்டும் என்று அறிகையில் வெற்றுப் பேச்சும் காகிதம் ஏறுகிறது. ஆண்டனியின் வாதத்திறம் ப்ரூட்டஸ் செய்த கொலையை அம்பலப்படுத்தியது. சாக்ரடீஸின் இறுதிப் பேச்சு இன்றளவும் ஈடில்லாமல் உயர்ந்து நிற்கிறது. மலாலாவின் பேச்சு பெண்கல்வியின் அவசியத்தை உணர்த்தியது. அம்பேத்கரின் பேச்சு இந்து மதத்தின் அவஸ்தையை வெளிக்கொணரத் துணிந்தது. வரலாறு நெடுக, இப்படிப் பேசிப் பேசிதான் ரணம் உண்டாக்கிய காயங்களுக்கு களிம்புப் பூசப்பட்டிருக்கிறது.

மீண்டுமந்த காயங்கள் உருப்பெற்று எழுந்தால்? மீண்டுமந்த அவலங்கள் மண்ணில் அவதானித்தால்? மீண்டுமந்த அநீதிகள் இழைக்கப்பட நேரினால்? பெரியார் சொல்வதுதான், “எனக்குப் பிறகு யார் என்று கேட்கிறார்கள். ஏசுவுக்குப் பிறகு அவரது பைபிள்தான். நபிகள் நாயகத்திற்-

குப் பிறகு அவருடைய குரான்தான். அதேபோல, எனக்குப் பிறகு - என் எழுத்து, என் நூற்கள். இவைகள்தான்" அப்போது, மீண்டும் அந்தப் பேச்சுக்கள் உயிர்த்தெழ வேண்டும், அல்லவா?

அப்படி உயிர்த்தெழுதலின் துணிந்த முடிபுதான் இந்த வரலாறு வளர்த்த வாய்கள். உலகெங்கிலும் பேசப்பட்ட 100 சிறந்த பேச்சுக்களைத் தொகுத்து, தமிழில் மொழிபெயர்த்து தொகுதிவாரியாய் கையடைக்க நூலில் வெளிக்கொணர்வதே இதன் நோக்கம். ஒவ்வொரு தொகுதியிலும் ஒரு தமிழ்ப் பேச்சும் இடம்பெறும். அந்த வகையில் இந்நூல் 13 மொழிபெயர்ப்புகளையும் 1 நேரடி உரையையும் சுமந்து வருகிறது. இதை வரவேற்பது உங்கள் கடமை.

தேகம் இல்லாத காற்றுக்குத் தேசப் பிரிவினையோ மொழிப் பிரச்சனையோ இல்லை. எங்கும் வியாபித்திருக்கும். காற்று ஒரு ஊடகம். பல மொழிகளை இணைக்கிறது. பிரிந்துபட்ட மனிதனை அது சேர்ப்பதுபோல பிரிந்துபட்ட மொழிகளை மொழிபெயர்ப்புகள் சேர்க்கின்றன.

அன்று காந்தி பேசியது இன்று ரஷ்யாவுக்குத் தேவைப்படலாம், லூதர் கிங் பேசியது ஏதோ ஒரு இந்திய வீதிக்குத் தேவைப்படலாம். காஸ்ட்ரோ பேசியது ஏதோ ஒரு மூலையில் காத்திருக்கும் கடுகளவுச் சிறிய கிராமத்திற்குத் தேவைப்படலாம். மனிதர்களுக்கு இடமும் காலமும் வேறு. ஆனால் பிரச்சனை ஒன்றுதான்!

எதிர்வரும் இருளை அகற்ற, வரலாற்று வெளிச்சத்தின் அக்கினப் பொறியைப் பற்றவைக்க, இந்த வாய்கள் உதிர்த்த பேச்சுக்களை விட்டால் நமக்கு வேறு வழித்துணை இல்லை.

காற்றே, உயிர்க் கடலிலிருந்து எங்களுக்கு
நிறைய உயிர்மழை, கொண்டு வா..
எங்கள் தாபமெல்லாம் தீர்ந்து உலகம் தழைக்குமாறு
இன்ப மழை பெய்தல் வேண்டும்!

என்று பாரதி கேட்டான்.

காற்றே இந்தமுறை மழையோடு சேர்த்து, கரையொதுங்க படகொன்று கொண்டுவா. அவற்றை பல தேசங்களிலிருந்து இரவல் பெற்றுக் கொண்டு வா. நான் அதை மொழி-பெயர்த்து கரையொதுக்குகிறேன். காயப்பட்டவர்கள் அதில் கரையொதுங்கட்டும்!

இஸ்க்ரா

அணிந்துரை

‘வரலாறு வளர்த்த வாய்கள்’ எனும் தோழர் இஸ்க்ராவின் ஆக்கத்தில் மலர்ந்திருக்கும் இந்நூல் தரும் அனுபவம் கலவையானது. இந்நூல் வரையறைகளைக் குலைத்துப் போடுகிறது. நம் தேடலின் எல்லைகளை விரிவுபடுத்துகிறது. நவீன கால வரலாற்றின் ஆளுமைகள் இதில் அணிவகுத்து உரையாடுகிறார்கள். பல்வேறு உரைகள் ஆங்கிலத்தில் இருந்து மொழியாக்கம் செய்யப்பட்டிருப்பதாலேயே இதனை மொழியாக்க நூல் என்றுவிட முடியாது. தந்தை பெரியார், தோழர் சிங்காரவேலர் ஆகியோரின் உரைகளும் இடம்பெற்று ‘அனுபவ மயக்கம்’ ஒன்று பரிமாறப்படுகிறது.

ஒவ்வொரு உரைக்கும் முன்னோட்டமாக அமையும் வரிகள் அடுத்து வரவிருக்கும் பேசுபொருளின் வீரியத்தோடு, வசீகர மொழிநடை கொண்டு நம்மை ஈர்க்கிறது. குறிப்பிட்ட தத்துவச் சட்டகங்களுக்குள் இந்நூலினை அடக்கிவிட முயல வேண்டாம். இதுவொரு நேர்மையான, திறந்த மனது கொண்ட தேடல் சுரங்கம். தன் கரங்களை எட்டிய வரலாற்று உரைகளை அதே கதகதப்பு, ஈரம், பரவசம் நிரம்ப இஸ்க்ரா நமக்குக் கையளிக்கிறார்.

பேராசிரியர் **நயன்ஜோத் லஹிரி** தன்னுடைய அசோகர் குறித்த நூலில் பேச்சுக்கலை எப்படிப் பண்டைய உலகத்தினை ஆட்டிப்படைத்தது என்று கவனப்படுத்துவார். அசோகரின் எழுத்து வடிவ கல்வெட்டுகள் மன்னரின் மொழியினை மக்களிடம் கொண்டு சேர்க்கும் அற்புதத்தை நிகழ்த்தின. கண்முன் இல்லாத அசோகர் மக்களோடு உரையாடுகிற அனுபவத்தை அவை தந்தன. ஏறத்தாழ அத்தகைய பேருணர்வை இவ்வுரைகள் தருகின்றன.

உரைகளின் மொழியாக்கம் சரளமானது என்பதோடு, துல்லியத்தன்மையை விட்டுக்கொடுக்காமல் தமிழில் வாசிப்பதை போன்ற இன்பத்தை நல்குகிறது. அதே வேளையில், வெவ்வேறு ஆளுமைகளின் குரல்கள் வெவ்வேறு வடிவங்க-

ளில் வெளிப்படுவது சிலிர்ப்பைத் தருகிறது. நம்மை அக்காலத்தின், அக்கணத்திற்குக் கடத்திச் செல்லும் மாயம் நிகழ்வதைச் சன்னமாக, ஆழ்ந்து படிக்கும் போது உணர்வீர்கள்.

இந்நூலின் நோக்கம் குறுகிய வரலாற்றுப் பார்வையினை வழங்குவது அல்ல. குறுக்குவெட்டுத் தோற்றமாக நிகழ்வுகளைச் சொல்லி சோர்வையும் தருவதில்லை. மாறாக, பரந்துபட்ட ஆளுமைகளின் குரல்கள் நம்மைச் சூழ்கின்றன. காந்தியின் படுகொலை, அதனையொட்டிய கோட்சே, நேரு, சரோஜினி நாயுடுவின் உரைகள் அணி வகுக்கின்றன. இந்நூலின் உச்ச மொழியாக்கம் என்று பாபாசாகேபின் உரையைக் குறிப்பிடலாம். அவ்வுரை விடுதலைக் கனவையும், புதிய பாதையையும் நமக்கு ஒருங்கே வழங்கும் உரை. நூலில் உள்ள சகோதரி நிவேதிதையின் உரையோடு பண்டித ரமாபாயின் உரையினைத் தேடிப்படிப்பது சுவைகூட்டும்.

நேரு நூலினை அதீதமாக ஆட்சிபுரியும் அதே வேளையில், காந்தியின் குரல் நேரடியாக ஒலிக்காதது சற்று ஆச்சரியம் தருகிறது. இவை விடுபடல்கள் என்பதைவிடப் புதிய வெளிச்சங்களுக்கான வழிகள் என்றே கொள்ள வேண்டும்.

“மடிந்து போன மக்களின் பிணவாடை உங்கள் நாசிகளைத் துளைக்கவில்லையா?” எனக் கிரேட்டா கேட்கையில் பருவநிலை மாற்றத்தின் பயங்கரம் உறைக்கும். ‘ஆங்கிலேய காலனியாதிக்கக் கொடுங்கோன்மைக்கு’ எதிராக ஒலிக்கும் சசி தரூரின் அறச்சீற்றம் தமிழில் தகிக்கிறது. சிங்காரவேலரின் உரை அவரின் வாழ்வும், பணியும் குறித்த ஆவலைப்பெருக்கும். சூசனின் வாக்குரிமைக்கான முழக்கம் ‘இந்திய வாக்குரிமை வேங்கைகள்’ (Indian Suffragettes) குறித்த கிளர்ச்சி தரும். மலாலாவின் நகைச்சுவையும் பேரன்பும் கல்விக்கனலும் ததும்பும் உரை நெக்குருக வைக்கும்.

மார்ட்டின் லூதர் கிங்கின் ‘எனக்கொரு கனவு இருக்கிறது’ உரையின் வீச்சில் தாழ்ந்த மலைச்சரிவுகள் மேலெழும்புகின்றன, மூர்க்கமான நிலங்கள் சமவெளி ஆகின்றன. நாம் இந்த வாய்ப்பந்தல் மழையில் நனைந்து, நிறைந்து போகி-

றோம். தவறவிடக்கூடாத, தவிர்க்க முடியாத படைப்பாளி-யாகப் பரிணமித்து இருக்கும் இஸ்க்ராவுக்கு வாழ்த்துகள்.

பூ.கொ.சரவணன்

21-03-2022
சென்னை

நன்றி

பேச்சுக்களை மொழிபெயர்த்தால் மட்டும் போதுமா. உப்பு சாரமிழந்தால், எதனைக் கொண்டு சாரமேற்றுவோம்? உப்பு கொண்டுதானே!

எழுதினால் மட்டும்போதாது, அவை பேச்சொலிகளாய் இயங்க வேண்டும் என்று நண்பர்களை நாடினேன். எந்த-வொரு கைமாறும் இல்லாமல், இராத்திரி பகலாய் உழைத்து உதவிய என் ஒலிப்பான்களே! உங்களுக்கு எத்தனை நன்றி சொன்னாலும் போதாது.

முதல் அத்தியாயத்தை **முத்து பவித்ரா** கொண்டு தொடங்கிய போதுதான் பல பாலபாடங்கள் கற்றுக்கொள்ள முடிந்தது. எல்லாவிதத் தொல்லைக்கும் இசைவு தந்தமைக்கு ஒருநூறு நன்றி பவித்ரா. நேரம் பார்க்காமல் உதவி செய்த **பிரேம், சந்தீஸ் தம்பி, ரோஷினி** அக்காவிற்கு மனமுவந்த பிரியம் பகிர்கிறேன்.

ஒவ்வொரு அத்தியாயத்தையும் அத்தனை சிரத்தை-யோடு மேற்கொண்டு, சிரித்த முகத்தோடு பரிந்துரை ஏற்கும் அன்பிற்குரிய நந்தினி அக்கா இந்தத் தொகுப்பிற்கு மிகப்-பெரிய துணை. புத்தகத்தில் இடம்பெறும் ஒவ்வொரு பேச்-சின் ஒலியன்களையும் இறுதிப் பக்கத்தில் கொடுக்கப்பட்-டிருக்கும் க்யூ.ஆர் குறியீட்டை ஸ்கேன் செய்து கேட்டு மகிழலாம்!

இந்த முன்னெடுப்பிற்கு வெளியிலிருந்து உதவிசெய்த உடன்பிறந்த சகோதரி **கிருத்திகாவிற்கும்**; முதல் புத்தகத்தில் பெயர் பதியாமல் போனதற்கு கோபித்த தங்கை **மேகாவிற்-கும்** என் நன்றியும் சமாதானமும் உரித்தாகுமாக.

எந்தவித முன்னறிமுகமும் இன்றி பேசிய மாத்திரத்தி-லேயே, புத்தகத்தின் உட்கருவிற்கு இசைந்து அணிந்துரை எழுதித் தந்த ஐ.ஆர்.எஸ் ஆபீசரும் எழுத்தாளருமான அண்ணன் **பூ.கொ.சரவணனுக்கு** இதயப்பூர்வமான நன்றி. அவரின் மொழிபெயர்ப்புகளே பலவிதங்களில் எனக்கு ஊக்-

கம் அளித்திருக்கின்றன.

இனி வெளிவரும் ஒவ்வொரு தொகுப்பையும் சேகரம் செய்யத் துணிந்த வாசகருக்கு என்றென்றைக்குமான நன்றி!

1

என்ன தைரியம் உங்களுக்கு?

கிரேட்டா தன்பெர்க்

"ஸ்வீடன் நாட்டைச் சார்ந்த சுட்டிக் குழந்தை கிரேட்டா தன்பெர்க். இவர் ஒரு காலநிலைப் போராளி. Fridays for future என்ற காலநிலை மாற்ற எதிர்ப்பு இயக்கத்தால் உலகெங்கிலும் உள்ள சுற்றுச்சூழல் ஆர்வலர்களை வெகு-வாகக் கட்டியிழுத்தவர். 2019-ம் ஆண்டு ஐக்கிய சபையில் அவர் பேசிய How Dare You? என்ற பேச்சு அத்தனை வலி நிறைந்தது. உலகத் தலைவர்களை ஒண்டி ஆளாக சரமாரி கேள்விகளால், துவம்சம் செய்த 16 வயதே நிறைந்த கிரேட்டாவின் பேச்சு இதோ.."

தோராயமாக ஓராண்டுக்கு முன் தொடங்கிய உங்கள் காலநிலைப் போராட்டத்தில், ஒற்றை ஆளாக இருந்தீர்கள். இன்று உலகெங்கிலும் உள்ள பல இலட்சம் குழந்தைகளை ஈர்த்து, காலநிலைப் போராட்டத்தை பேரியக்கமாக நடத்திவருகிறீர்கள். இந்நிலையில் உலகத் தலைவர்களுக்கு உங்கள் செய்தி என்னவாக இருக்கும், கிரேட்டா?

"நாங்கள் கவனித்துக் கொண்டே இருக்கிறோம்" என் செய்தி என்னவென்றால், **"நாங்கள் உங்களை கவனித்துக் கொண்டே இருக்கிறோம்."**

இது முற்றிலும் தவறு. நான் இங்கு வந்திருக்கக் கூடாது. கடல் கடந்து இருக்கும் என் பள்ளிக்கூடத்தில், கையிலொரு புத்தகத்தைப் புரட்டிக் கொண்டோ நண்பர்களுடன் விளையாடிக் கொண்டோ என் நாட்கள் கழிந்திருக்க வேண்டும். ஆனால் வயது முதிர்ந்த நீங்கள் கடுகளவும் கூச்சமின்றி, ஏதோ ஒரு நம்பிக்கையுடன் சின்னஞ்சிறு குழந்தைகளைத் தேடி வந்திருக்கிறீர்கள்!

என்ன தைரியம் உங்களுக்கு?

உங்கள் வெற்று வார்த்தைகளால், நயவஞ்சக ஒப்பந்தங்களால், ஏமாற்று வாக்குறுதிகளால் என் குழந்தைப் பருவக் கனவை கூர்ஈட்டிப் பாய்ச்சிக் குழைத்துவீட்டீர்கள். வெந்துத் துடிக்கும் மக்களை உங்கள் கண் அடையாளம் கொள்ள வில்லையா? மடிந்து போன மக்களின் பிணவாடை உங்கள் நாசிகளைத் துளைக்கவில்லையா?

ஒட்டுமொத்தச் சூற்றுச்சூழலும் சின்னாப்பின்னம் ஆகியுள்ளதை, கொஞ்சமேனும் உணரவில்லையா?

நாம் ஒரு பேரழிவின் தொடக்கத்திற்குத் தயங்கித் தயங்கித் தயாராகி வரும் வேளையிலுங் கூட பணம், பொருளாதாரம், ஒட்டுமொத்த வளர்ச்சி என்று பூச்சாண்டிக் கதை பேசுகிறீர்களே.. என்ன தைரியம் உங்களுக்கு?

காலநிலை நெருக்கடியை செம்பட்டியால் அடித்தாற்போல் இந்த 30 ஆண்டு கால அறிவியல் நமக்கு அத்தனையும் சொல்லிவிட்டது. எல்லாம் தெரிந்தே ஓரங்கட்டிவிட்டு, "*அரசியல்வாதியும் விஞ்ஞானியும் செய்யத் தவறியதை, நீ அளவுக்கு மீறியே செய்துவிட்டாய்*" என்று என்னைப் பார்த்து வாய்க்கூசாமல் வாழ்த்துவதற்கு என்ன தைரியம் உங்களுக்கு?

நாங்கள் சொல்வதைக் காது கொடுத்து கேட்பதாகவும், அவசரம் புரிந்து ஏற்பதாகவும் அவ்வப்போது பேசுகிறீர்கள். நான் அதை நம்புவதாக இல்லை. ஒருவேளை உண்மை உணர்ந்தும் செயல்பட மறுப்பீர்களேயானால், உங்களைப் போன்ற துரோகியை இந்த உலகம் இனி பார்த்திராது.

இனிவரும் பத்து ஆண்டுகளுள் கார்பன் உமிழ்வை சரிபாதியாக குறைக்கும் திட்டமானது, செயல்பாட்டுக்கு வரும் முன்னரே மேடைப்போட்டு மெச்சிக் கொள்கிறீர்கள். அதன் மூலம் 1.5^{O}C ஏற்றத்திலிருந்து தப்பிக்க 50 சதவிகித சாத்தியத்தை மட்டுமே எதிர்பார்க்க முடியும். நம்மால் கனவிலும் தடுக்க முடியாத அழிவை நோக்கி, வளர்ச்சி என்கிற வண்டியைச் செலுத்திவருகிறீர்கள்.

50 சதவிகிதம் உங்களுக்கு வேண்டுமானால் ஒத்துவரலாம். காற்றை மாசுபடுத்தி, உயிர்வாயு உறிஞ்சி, பூமிக்கோளம் கொப்பளிக்க வெப்பத்தில் வாட்டும் அந்த 50%-ஐ எங்களால் ஏற்க முடியாது. நீங்கள் இழைத்துவிட்டுப் போகும் பாவத்தை, புண்ணிய நதிகள் தேடி நாங்கள்தான் கரைக்க வேண்டும்.

நீங்கள் பொக்கிஷமாகச் சேர்த்த கோடிக்கணக்கான கார்பன் உமிழ்வை, இன்றுவரை கண்டுபிடிக்கப் படாத தொழில்நுட்பம் வைத்து எங்கள் தலைமுறைதான் மாரடிக்க வேண்டும்!

1.5^{O}C வெப்ப ஏற்றத்திலிருந்து தப்பிக்க, காலநிலை மாற்றம் தொடர்பான பன்னாட்டு அமைப்பின் 67% சாத்தியக்கூறின் படி பார்த்-

தால் ஜனவரி 1, 2018-குள் 420 கிகாடன் கார்பனை நாம் வெளியேற்றி இருக்க வேண்டும். ஆனால் இன்னும் 350 கிகாடன் கையிருப்பில் உள்ளது.

இத்தனைப் பாரத்தை தலையில் சுமத்திவிட்டுங் கூட, "போகிற போக்கில் பார்த்துக் கொள்ளலாம், தொழில்நுட்பத்தால் சரிசெய்து விடலாம்" என்று நடித்துக் கொண்டிருக்க என்ன தைரியம் வேண்டும் உங்களுக்கு?

இன்றையத் தேதியில் உமிழப்படும் கார்பனை கருத்தில் கொண்டால், நீங்கள் ஒதுக்கி வைத்திருக்கும் பட்ஜெட் தொகை வெறும் 8.5 ஆண்டுகளிலேயே ஆட்டம் கண்டுவிடும்.

இந்தப் பேச்சில் கார்பன் உமிழ்வு கணக்கீட்டையோ, அதை சமாளிக்கும் திட்டத்தையோ தீர்வையோ நான் சொல்லவில்லை. சொல்லிவிடும் அளவுக்கு அந்த எண்கள் மிக எளிமையானது அல்ல என்பது ஒரு காரணம். அதைப் புரிந்துகொள்ளும் அளவுக்கு நீங்கள் வளரவில்லை என்பது மற்றொரு காரணம்.

மீண்டும் மீண்டும் எங்களைத் தோற்கடித்துக் கொண்டே இருக்கிறீர்கள். நல்லவேளையாக உங்கள் துரோகத்தை, நாங்கள் உணரத் தொடங்கிவிட்டோம். உங்கள் இம்மியளவு அசைவையும் மிக உன்னிப்பாக கவனிக்கிறோம். அப்போதும் எங்களை ஏமாற்ற நினைத்தால் : நிச்சயமாக, மன்னிக்க மாட்டோம்! நிச்சயமாக.

தயவு செய்து காலநிலைப் போராட்டத்தை விட்டு விலகி ஓடப் பார்க்காதீர்கள். இப்போதே, இங்கேயே நாங்கள் தொடக்கப் புள்ளி வைத்துவிட்டோம். இந்த உலகம் விழித்து விட்டது. நீங்கள் விரும்பினாலும் விரும்ப மறுத்தாலும், மாற்றம் வந்தே தீரும்!

2

இந்தியாவிற்கு இழப்பீடு வழங்க இங்கிலாந்து கடமைப்பட்டிருக்கிறது.

சசி தரூர்

"சசி தரூர். பாராளுமன்ற உறுப்பினராக காங்கிரஸ் கட்சியின் சார்பில் வெற்றிப்பெற்று மத்திய அமைச்சராக பதவி வகித்தவர். தன் அபாரமான பேச்சாற்றலால், கல்லையும் கரைத்துவிடும் சாமர்த்தியசாலி. இவர் பயன்படுத்தும் ஆங்கிலச் சொற்களுக்கு, ஆக்ஸ்போர்டு அகராதியே அகராதியைப் புரட்ட வேண்டும்.

இத்தகுப் பேச்சாளரை ஆக்ஸ்போர்டு யூனியன் விவாதக் களத்திற்கு பிரிட்டன் மக்கள் அழைப்பு விடுத்திருந்தனர். இரு அணியாக பிரிந்து, "பிரிட்டன் தன் காலனி நாடுகளுக்கு, இழப்பீடு வழங்க கடமைப்பட்டுள்ளதா இல்லையா?"

என்ற தலைப்பில் விவாதம் செய்யக் கூடியிருந்தனர். கடமைப்பட்டுள்ளது என ஆதரித்து பேசிய இவரது தனிப்பேச்சு அனைத்து தரப்பினரையும் வெகுவாக கவர்ந்ததோடு, சமூக வலைதளங்களில் விமர்சையாக கொண்டாடப்பட்டது.

கட்சி வேறுபாட்டைக் களைந்து நாடாளுமன்ற கூட்டமொன்றில், இந்தியப் பிரதமர் நரேந்திர மோடியே, "உங்கள் ஒவ்வொரு வார்த்தையிலும் இந்திய மக்களின் மனச்சாட்சியை பார்க்க முடிந்தது" என்று பாராட்டிச் சிறப்பித்த அந்தப் பேச்சின் முழுவடிவம் இதோ..”

சபையில் அமர்ந்துள்ள ஆளுநர் அம்மையாரே, மரியாதைக்குரிய கணவான்களே, பெண்மணிகளே!

பெருத்த மரியாதையும் மாட்சிமையும் பொருந்திய இந்நிறுவனத்தில் சொற்பமாக வெறும் எட்டு நிமிட காலத்தைக் கையிலேந்தி வந்துள்ளேன். பேசத் தொடங்கும் முன்னதாக, என்னையொரு எட்டாம் **ஹென்றி மன்னரின்** பயிற்சிப் பட்டறை மாணவனாக அடையாளப்ப-

டுத்திக் கொள்ள வேண்டும். ஆம். தன் ஒவ்வொரு மனைவியிடமும் ஹென்றி அப்படித்தான் சொன்னார், *"நான் உன்னை வெகுகாலம் வைத்திருக்க மாட்டேன். சீக்கிரம் அனுப்பிவிடுவேன்."* இந்த நெடிய மாலைப் பொழுதில், எட்டு பேச்சாளர்களுள் ஏழாவதாக அழைக்கப்பட்டு பேசிவரும் என்னை, எட்டாம் ஹென்றியின் கடைசி மனைவியாகவே பார்க்கத் தோன்றுகிறது.. "நான் உன்னை வெகுகாலம் வைத்திருக்க மாட்டேன், சீக்கிரம் அனுப்பிவிடுவேன்!"

என்னிடம் என்ன எதிர்ப்பார்க்கப்படுகிறது என்பதை ஏறக்குறைய புரிந்துகொள்ள முடிந்தாலும், வேறு என்ன புதிதாக கொடுக்க முடியும் என்பதை ஒரு துளியும் அறிந்துகொள்ள முடியவில்லை. இருந்தாலும், எதிர்த்தாக்குதல் செய்யப்பட்ட வாதங்களை மிகுந்த கவனத்தோடு ஆராய்ந்து அதற்கான பதில்களைப் பாய்ச்சிவிட வேண்டும் என்று எண்ணியிருக்கிறேன். சான்றாக சர். ரிச்சர்ட் ஓட்டவே சொன்னது, "பிரிட்டிஷ் காலனித்துவம், தான் ஆண்ட அனைத்து காலனித்துவ நாடுகளின் பொருளாதாரச் சக்கரத்தையும் அடித்து ஒடித்து சுக்குநூறாக்கியது" என்ற முழுப் பூசணிக்காயை நாகரிக வளர்ச்சி என்ற பட்டாடைப் போர்த்தி மறைத்துவிட முயலும் பார்வை.

மேதகு ரிச்சர்ட் அவர்களே, அதற்கு இந்தியாவையே சான்று பகர்கிறேன். இந்தியக் கடற்கரை முகடுகளில் பிரித்தானிய படகுகள், தன் நுங்கூரத்தைப் பாய்ச்சி நுழைந்தபோது, இந்தியாவின் பொருளாதாரப் பங்கு உலக அளவில் 23% ஆக இருந்தது. காலனித்துவ அரசைக் கலைத்துவிட முடிவு செய்து, மூட்டை முடிச்சுக்களுடன் பிரித்தானிய கப்பல்கள் மேற்குநோக்கி மறைந்த போது அற்பம் 4 சதவீதத்திற்கும் குறைவாக இந்தியப் பொருளாதாரம் சரிவடைந்தது மறுக்கமுடியாத உண்மை தானே! முழுக்க முழுக்க பிரிட்டனின் அனுகூலத்திற்காகவே இந்தியத் துணைக்கண்டம் ஆளுப்பட்டதென்பது கண்மூடித்தனமான உண்மை.

பிரிட்டன் தேசத்தின் 200 ஆண்டுகால அசுர வளர்ச்சி, இந்தியாவின் தேகங்களை தேய்மானப்படுத்தி துலாவி எடுத்தவைதான். உண்மையில் சொல்லப்போனால் பிரிட்டனின் தொழிற்புரட்சியே, இந்தியாவின் சுயாதீன தொழிற்சாலைகளைத் தீவைத்து எரித்தபின் எழுந்த, பல இலட்சக் கண்ணீரால் கட்டியெழுப்பப்பட்ட கோட்டைதான்!

உலகமே மெச்சும் இந்தியக் கைத்தறி ஆடைகளை, கண்ணில் கண்ட தேசமெல்லாம் கப்பம் கட்டி ஏற்றுமதி செய்தது. கண்ணாடிப் பளிங்கு

போல் தெளிவான மஸ்லின் ஆடைகளை பல்லாயிரம் மைல் கடந்தும் சிலர் வாங்கத் துடிக்கும் அதே காலத்தில்தான், ஆங்கிலேய கணவான்களால் அந்நெசவாளிகளின் கட்டைவிரல்கள் காவுகேட்கப்பட்டன; தறி இயந்திரங்கள் சூறையாடப்பட்டன; வானளவு சுங்கவரி - கடல் அளவு கப்பவரி கராராகக் கரக்கப்பட்டன. இந்திய மூலப்பொருட்களாலான பிரித்தானிய நெசவுத் துணிகளை இந்தியரிடமே விற்றுத்தீர்த்தனர்.

ஆக இப்படித்தான் இருள் படர்ந்திருக்கும் விக்டோரியா மகாராணியின் சாத்தான் வாழும் தொழிற்சாலையில் நெய்தத் துணிகள், உலகச் சந்தையின்முன் மலைபோல் குமிக்கப்பட்டன.

பார்போற்றும் இந்திய நெசவாளர்கள் பிச்சையெடுக்க உந்தப்பட்டனர். உலகின் 27% துணித் தேவையைப் பூர்த்தி செய்யும் இந்திய நாடு 2%-ஆக இறங்கி, இறக்குமதி நாடாக தன்மேல் இருளைப் பூசிக்கொண்ட அதே வேளையில், ராபர்ட் கிளைவ் போன்ற காலனியவாதிகளுக்கு இந்தியாவைக் கொள்ளையடித்ததன் கைமாறாக, அரசியல் பொறுப்புகள் மேசைமீது குவிந்தன. அத்தோடு ஆங்கிலேயர்கள் ஹிந்தி வார்த்தையான 'LOOT' என்பதை தங்கள் அகராதியில் மட்டுமல்ல, குணத்திலும் சேர்த்துக்கொண்டனர்.

ராபர்ட் என்னவோ இந்தியாவைச் சேர்ந்தவர் போல், "**கிளைவ் ஆஃப் இந்தியா**" என்ற பட்டத்தை பிரிட்டன் அவருக்குச் சூட்டியது. உண்மையில் அவர் செய்ததெல்லாம் இந்தியாவைத் தன்னைச் சார்ந்த ஒரு நாடாக்க வேண்டுமென முயற்சி செய்ததே.

ஒருவழியாக 19-ம் நூற்றாண்டின் இறுதியில், பிரிட்டனின் மிகப்பெரிய கறவை மாடாக பணத்தைப் பொழிந்தது இந்தியா. உலகின் மிக விஸ்தாரமான பிரித்தானியச் சந்தை இந்தியாதான். அதிக ஊதியம் அளிக்கப்பட்ட பிரிட்டன் சிவில் சர்வீஸ் அதிகாரிகள் வசித்ததும் இங்குதான். தன் மீதான அடக்குமுறைக்கு எல்லாம் இந்தியர்கள் நஷ்டயீடு பெற்று வாழ்வை நகர்த்தி வந்தது என்னவோ வேடிக்கைதான்!

சங்கிலிகளால் பிணைக்கப்பட்ட, எங்கள் அடிமைப் பொருளாதாரத்தின் அடிவிழுதில்தான் விக்டோரியாவின் அரசப் பரம்பரை ஆடம்பரமாக ஆட்சிசெய்தது. 30 இலட்சம் ஆப்ரிக்கர்களை அடிமையாக வைத்துக்கொள்ள கடல் மார்க்கமாக ஏற்றி வந்தீர்கள். அதில் ஒவ்வொருவருக்கும் ஒட்டுமொத்த பிரிட்டனில் உள்ள ஐந்தில் ஒரு பிரபு நஷ்டயீடு வழங்கக் கடமைப்பட்டிருக்கின்றார்.

1833-ம் ஆண்டு அடிமை ஒழிப்புச் சட்டம் அமலுக்கு வந்தது. அதன் விளைவாக சுமார் 20 மில்லியன் பவுண்டு தொகையை நஷ்டயீடு கொடுத்தனர். யாருக்கு? தங்கள் வாழ்வையும் அடையாளத்தையும் தொலைத்துவிட்டு, அகதிகளாக அலைந்த ஆப்ரிக்க அடிமைகளுக்கா?

இல்லை. இல்லை. அடிமை என்னும் சொத்தை இழந்து, இனி தங்கள் வேலையை தாங்களே செய்யவிருக்கும் பிரிட்டன் பிரபுக்களுக்கு!

இந்த ஆக்ஸ்போர்டு யூனியன் கட்டிடத்தின் வை-பை பாஸ்வேர்ட்டை விடுதலைப் போராளி கிளேட்சன் நினைவாக வைத்துள்ளீர்கள் என்பதை அறிந்ததும், உண்மையில் சற்றுத் தள்ளாடினேன். மன்னிக்கவும், அடிமைச் சொத்தை இழந்து 20 மில்லியன் பவுண்டு இழப்பீடு பெற்றதில், அவர் குடும்பத்திற்கும் ஒரு பங்கு உண்டு என்பதை மறக்கவேண்டாம்.

மீண்டும் நாம் இந்தியாவிற்குச் செல்வோம். பிரிட்டன் உருவாக்கிய செயற்கைப் பஞ்சத்தால் மட்டும் சுமார் 1.5 கோடியிலிருந்து 3 கோடி இந்தியர்கள் உயிரிழந்துள்ளனர். இரண்டாம் உலகப் போரின்போது ஏற்பட்ட வங்காளப் பஞ்சம் யாவரும் அறிந்தது. 40 இலட்சம் இந்தியர்கள் ஒருவேளை உணவுக்கு வழியின்றி இறந்தபோதுங்கூட, அந்தப் பசித்த வயிற்றில் இடவேண்டிய பலநூறு கிலோ உணவுப் பண்டங்கள், இங்கிலாந்தின் தானியக் கிடங்குகளுக்கு தயவு தாட்சண்யம் இன்றி ஏற்றுமதி செய்ய, தன் கைப்பட எழுதி கையொப்பமிட்டார் சர். வின்ஸ்டன் சர்ச்சில்.

மேலுமவர், "உணவுப் போதாமையில் வாழும் வங்காளர்களைவிட துணிவுமிக்க கிரேக்கர்களை கையாளுவதே முக்கியமானது" என்றார். சில அக்கறையுள்ள பிரிட்டிஷ் அதிகாரிகள் பஞ்ச பாதகத்தின் உண்மை நிலையை உரையிட்ட கடிதத்தில் எழுதி அனுப்பிய போது, அதற்கு வின்ஸ்டன் அளித்த பதில், **"அப்போ காந்தி ஏன் சாகவில்லை?"**

எனக்கு முன் பேசிய பலர் சொன்னதுபோலவே, பிரிட்டிஷார் ஆண்ட காலனித்துவ அரசின் அத்தனை தேசங்களிலும், வன்முறையும் இனவெறியும் வன்மத்துடன் வளர்ந்து வந்தன. **பிரிட்டன் சாம்ராஜ்யத்தில் சூரியன் மறைவதில்லை என்று சொல்லிக்கொள்வதில் ஒரு பெருமையும் அல்ல, அஸ்தமன இருளில் கடவுளால் கூட ஆங்கிலேயரை நம்ப முடியாது போய்விடும் என்பதே உண்மை.**

முதலில் பேசிய லீ அவர்கள் குறிப்பிட்டபடி முதல் உலகப் போரின்போது ஏற்பட்ட சேதாரங்களை பட்டியலிட முயல்கிறேன். பிரிட்டன் சார்பாக போரிட்ட வீரர்களில் ஆறில் ஒரு வீரர் இந்தியர். 54000 இந்தியர்கள் இங்கிலாந்தின் வெற்றிக்காக இன்னுயிரை இழக்க, 65000 பேர் காயங்களுடன் உயிர்பிழைக்க, 4000 பேர் என்ன ஆனார்கள் என்பது இன்றுவரை தெரியாது.

இந்தியக் குடிமக்களின் 100 மில்லியன் பவுண்டு வரிப்பணம் இங்கிலாந்தின் கணக்கில் செலவிடப்பட்டது. 17 மில்லியன் ரூபாய் மதிப்புள்ள வெடிமருந்துகள்; 6 இலட்சம் இயந்திரத் துப்பாக்கிகள்; 4.2 கோடி தையலிட்ட ஆடைகளென 13 இலட்சம் இந்தியர்களோடு சேர்த்து அவை அனுப்பி வைக்கப்பட்டன.

அத்தோடு முடிந்துவிடவில்லை. 1,73,000 விலங்குகள்; 370 மில்லியன் டன் எடையுள்ள போர்த் தளவாடங்கள் என கொஞ்சங் கொஞ்சமாக பஞ்சம் படர்ந்துகொண்டிருந்த இந்தியாவிலிருந்து, பலம்பொருந்திய கைகளால் பிரிட்டன் பறித்துக்கொண்டது இன்றைய மதிப்பில் சுமார் 8 பில்லியன் பவுண்டு.

25 இலட்ச இந்திய வீரர்கள் பங்குகொண்ட இரண்டாம் உலகப்போர் இதைவிட மோசமானது. 1945-ல் பிரிட்டன் மீது சுமத்தப்பட்ட 3 பில்லியன் பவுண்டு கடன் தொகையில், இந்தியாவிற்குச் சேர வேண்டிய 1.25 பில்லியன் பவுண்டு இன்றுவரை செலுத்தப்படவில்லை என்பதை யாராவது நம்புவீர்களா?

இருப்புப் பாதைகளும், தார் சாலைகளும் பிரிட்டிஷார் சௌகரியத்திற்காக எழுப்பப்பட்டதென ஜமாய்க்காவைச் சார்ந்த என் சக தோழர் சொன்னதில் மேலும் ஒரு கருத்தைச் சேர்த்துக் கொள்கிறேன். பிரிட்டிஷார் இன்றி ரயில்வேயும் ரோட்வேயும் இல்லை என்று பிதற்றுகிறார்கள். உலகெங்கும் பல நாடுகளில், இவை இரண்டும் காலனித்துவம் இல்லாமலே கட்டுப்பட்டுள்ளன.

ஊசி நுழையாத பிரதேசத்திலிருந்தும் ஏதோவொரு பொருளை கடல்வழியாகப் பிரிட்டனுக்கு கொண்டு செல்லவே இவ்வசதிகள் ஏற்படுத்தப்பட்டன. அது இந்தியர்களுக்கும் பயன்பட்டது, விதிவசமே!

உண்மையில் இந்திய ரயில்வே கட்டமைக்க பிரிட்டிஷ் முதலீட்டாளர்களுக்கு அளவுக்கு மீறிய சலுகைகள் வாரி வாரி இறைக்கப்பட்டது. கனடாவிலும் ஆஸ்திரேலியாவிலும் இரண்டு மைல் தூர கட்டமைப்புக்-

குச் செலவாகும் பணத்தை, ஒவ்வொரு மைல் தூரத்துக்கும் இந்தியரிடம் வசூலித்தனர்.

இந்திய மக்களின் நலனைப் பகடைக் காயாக வைத்து, பிரிட்டன் தனியார் முதலாளிகள் கொள்ளை இலாபம் சம்பாதித்தனர். இந்தியாவின் வளர்ச்சியில் பிரிட்டனின் பங்கு அளப்பரியது என்று சர். ரிச்சர்ட் ஓட்டவே சொன்னதாக எனக்கு ஞாபகம். அது என்னவென்று சொல்கிறேன். ஒட்டுமொத்த இந்திய உள்நாட்டு உற்பத்தியில் பிரிட்டனின் பங்கு வெறும் 0.4% மட்டுமே. இது எங்கள் இந்திய அரசு, விவசாய உரங்களுக்கு அளிக்கும் மானியத்தை விடவும் சொற்பக் குறைவு என்பதோடு தகுந்த உவமையாகவும் இருக்கும்.

சக காலனிய நாட்டுப் பேச்சாளர்கள் முன்வைத்த இனவாதம், கொள்ளை, படுகொலை, இரத்தக் கலவரம், நாடுகடத்தல் போன்ற அனைத்தும் இந்தியாவில் அரங்கேறியுள்ளது. முகலாய வம்சத்தின் கடைசி மன்னர் கூட நாடு கடத்தப்பட்டுதான் உயிர் நீத்தார். ஒருவேளை, முன்னோர்கள் செய்த பாவங்களுக்கு இன்றைய பிரிட்டன் பிரஜைகளிடம் மறுமொழி கேட்பதும் குறை கூறுவதும் இழப்பீடு தரச்சொல்வதும் முறையில்லை என்றால் உங்கள் முன்னோர்கள் செய்த பெருங்காரியங்களை எண்ணிப் பெருமை அடையவும் உங்களுக்கு உரிமையில்லை!

கரீபியப் பகுதியில் வசித்த ஆப்ரிக்கர்களுக்கு மிக உள்ளார்ந்த மன உளைச்சலை ஏற்படுத்தி - சமூகக் கட்டொழுங்கை தலைகீழாக்கி - சொத்துரிமையை கேள்விக்குள்ளாக்கி - வாழ்வை படுபாதாளத்திற்கு தள்ளியதில் பிரிட்டிஷ் காலனி ஆதிக்கவாதத்தின் முழுமுதற் மிருகத்தனமான சுயநலமே மேலோங்கி நிற்கிறது. இன்றைக்குங்கூட இந்த ஆப்ரிக்க நாடுகளின் இனவாத, கலாச்சார, மதவாத இம்சைகளுக்கு இங்கிலாந்து விட்டுச்சென்ற தீண்டாமை தீப்பழக்கமே அச்சாணி. இன்றைய இங்கிலாந்து இந்தத் தார்மீகக் கடனை எப்படியேனும் வட்டியும் முதலுடன் திருப்பிச் செலுத்த வேண்டும்.

சிலர் இங்கு இழப்பீடு வழங்குவதை சோதனைக்கும்படி கேள்வி எழுப்பினர். புரிந்து கொள்ளுங்கள் யூதர்களை அழித்தொழித்த ஜெர்மனி வெறுமனே இஸ்ரேலுக்கு மட்டும் இழப்பீடு வழங்கவில்லை, போலந்துக்கும் சேர்த்து அனுப்பிவைத்தது.

இழப்பீடு என்றதும் ஏதோ, முன்பின் பாராத பாவ விமோசன சம்பிரதாயச் செயல் என்று நினைக்கத் தேவையில்லை. இத்தாலி லிபியாவுக்கு வழங்கியது; ஜப்பான் கொரியாவுக்கு; பிரிட்டன் கூட நியூசிலாந்தின் மவூரிஸ்களுக்கு இழப்பீடு அளித்தது யாவரும் அறிந்ததே.

பிரிட்டன் கொண்டுவந்த குடியரசு குறித்தும் சட்டத்தின் ஆட்சி குறித்தும் சிற்சில சிறப்புகளை முன்வந்தோர் சொல்லிச் சென்றார்கள். மரியாதை தாங்கிய வார்த்தையில் சொல்வதென்றால், "**நீங்கள் பலமும் செல்வமும் படைத்தவராக இருந்தமையால் 200 ஆண்டுகாலம் எங்களை அடக்கி, ஒடுக்கி, ஊனமாக்கி, கொன்று புதைத்துவிட்டு திடீரென சுதந்திர கொடுத்து, நாகரிகம் பழக்கி குடியரசாக்கி விட்டோம் என்று தண்டோரா போடுவதில் துளியளவும் அறமில்லை.**"

150 ஆண்டுகளாக மறுக்கப்பட்ட ஜனநாயகத்தை, உரிய தார்மீகத்துடன் பறித்துக்கொண்டோம் என்பதில் எங்களுக்குத் தான் பெருமையே அன்றி உங்களுக்கு அல்ல!

லீ சொன்னது போல எந்தவித இழப்பீடுகளும் உண்மையில் எங்களைத் திருப்திப்படுத்தப் போவதில்லை. ஏனென்றால் உண்மையில் அவை சரியான மக்களுக்கு போய்ச்சேரப் போவதே கிடையாது. இங்கிலாந்தின் பிரச்சாரத்திற்கு வேண்டுமானால் உதவலாம்.

தூங்குவதற்கு அடம்பிடிக்கும் குறும்புக்காரக் குழந்தைகளிடம், "பிரான்சிஸ் ட்ரேக்" பெயரைச் சொல்லி பயப்படுத்தும் வழக்கம் சமீபக்கால வரையில் கரீபிய மக்களிடம் இருந்துவந்தது மிகுந்த வருத்தத்திற்குரிய வரலாறு. (பிரான்ஸ் ட்ரேக் இங்கிலாந்தின் ஹீரோவாக கருதப்பட்டாலும், கப்பற் பயணங்களில் அவர் மேற்கொண்ட அடாவடி கொள்ளைத் தனத்தால் கரீபிய, ஸ்பெயின்வாசிகளால் அச்சுறுத்தும் நபராக அறியப்படுகிறார்) இதை உங்களால் அழிக்க முடியுமா?

ஒன்று தெளிவு. நீங்கள் அளிக்கும் இழப்பீடுகளால் நாங்கள் எள்ளளவும் பயனடையப் போவதில்லை. மாறாக நீங்கள் செய்த தவற்றை பிராயச்சித்தப்படுத்த இது உங்களுக்கான ஒரு வாய்ப்பே அன்றே வேறல்ல.

இறுதியாக நாம் ஒன்றை ஒப்புக்கொள்ள வேண்டும். நாங்கள் உற்றக் கொடூரங்களை, அநீதிகளை பட்டியிலிட்டு தொகையொன்றில் அடக்கிவிட நிச்சயமாக முடியாது. அன்பிற்குரியவர்களை இழந்தவர்களுக்கு கடலளவுப் பணமும் வெத்துக் காகிதமே.

தேசம் உற்ற துயிரை வெளிப்படையாக பேச வாய்ப்பமைந்ததே, இந்தக் கூட்டத்தின் உயரிய நோக்கமாக இருந்திருக்கும். இருந்தும் தீர்வுதான் என்ன? இத்தனைத் தரவுகள் கொடுத்து நாங்கள் தகராறு செய்வது, பிரிட்டனிடமிருந்து கொள்ளைப் பணத்தை இழப்பீடு பெறுவதற்கா, இல்லை.

உங்கள் வீட்டில் நுழைந்த திருடன், கிடைத்த மட்டும் எல்லா வளப்பத்தையும் வாரி, சுரண்டி மூட்டைக்கட்டி எடுத்தோடுகையில் கால் இடறி கீழே விழுந்தால் - உனக்கும் ஒரு இழப்பு, எனக்கும் ஒரு இழப்பு என்று கைத்தாங்கலாக அனுப்பி வைப்போமா என்ன? இல்லை.

பதில் என்னவென்றால்.. எத்தனை ரூபாய், யாருக்கு வழங்க வேண்டும் என்பதெல்லாம் கருத்தே அல்ல. பிரிட்டன் கடமைப்பட்டிருக்கிறது. இந்தியாவிற்கு இழப்பீடு வழங்க பிரிட்டன் கடமைப்பட்டிருக்கிறது. அவ்வளவுதான்!

என்னைப் பொறுத்தவரை, செய்த தவறை எல்லாம் உணர்ந்துகொண்டு, நீங்கள் கேட்கும் **மன்னிப்பு** என்னும் ஒற்றை வார்த்தை, நீங்கள் அளிக்கத் தயாராய் இருக்கும் பொருளாதார உதவியால் இந்தியா அடையும் ஒன்றிரண்டு புள்ளி வளர்ச்சியை விட பல நூறு மடங்கு எங்கள் மனதை சாந்திப்படுத்தும்.

நீங்கள் கடமைப்பட்டதை உணர்வீர்களேயானால், பிரிட்டனின் 200 வருட ஆட்சிக்கு நினைவாக அடுத்துவரும் 200 ஆண்டுகளுக்கும் வருடமொன்றுக்கு ஒரு பவுண்டு நஷ்டயீடு வழங்கினாலேயே, பெருமகிழ்ச்சி அடைவேன்.

3

இதுவே கடைசி முறை!

மலாலா யூசுப்சை

"மலாலா.

பாக்கிஸ்தான் பற்றிய அத்தனை அபிப்பிராயத்தையும் சுக்குநூறாக்கிய மூன்று எழுத்து. அணு ஆயுதம் வைத்-துக்கொண்டு அமெரிக்க தேசமே, அல்லோலப்பட்டு தேடிக்-கொண்டிருக்கும் தாலிபான்களை, ஆட்டங்காணவைத்த ஒரு 15 வயது சிறுமி.

12 வயதில் கல்யாணம், 14 வயதில் குழந்தைகளென இவள் தோழிகள் எல்லாம் தோல்விகளை தழுவியபோதும், அடக்குமுறைக்கு எதிராகக் கல்வி உரிமை வேண்டி ஒற்றை ஆளாக நின்றாள்; துப்பாக்கி ஏந்திய தீவிரவாதிகளிடம் நிராயுதபாணியாக, அமைதி வேண்டி நின்றாள்; தோட்டாக்-களால் குண்டடிப்பட்டு, உயிருக்கே ஆபத்து வந்தபோதும் ஐ.நா. வரை சென்றாள்; இன்று உலகெங்கும் கல்வி உரிமை பெறாத அத்தனை கிராமங்களையும் இவள்தன் பாச அரவ-

ணைப்பால் வென்றாள்!

சுடப்பட்ட கணப்பொழுதில், "ஐய்யய்யோ எங்கள் மலாலாவுக்கு என்ன ஆச்சு?" என்று பூவுலகம் முழுக்க பூகம்பம் வெடிக்க, மாதங்கள் பல சென்று மெல்ல எழுந்தாள் மலாலா. உன் முகத்தின் ஒரு பாதி செயல்படாது என மருத்துவர்கள் சொல்ல, "அதனாலென்ன, இனி என் வாழ்வின் எல்லா பாதியும் குழந்தைகளுக்காகவே செயல்படப்போகிறதே!" என்று புன்முறுவல் பூத்தாள். அடியெடுத்து வெளிவந்தாள், படையெடுத்தன பல பரிசுகள். உலகின் மிக இளவயதில் நோபல் பரிசு பெற அழைப்பு விடுத்தனர். சென்றாள். மேடையில் நின்றாள். அவளின் வார்த்தைக்காகத் தவமிருந்த காதுகள் பூவின் மொட்டைப் போல், மெல்ல அலர்ந்தன; கைதட்டல்கள் பறந்தன..

இதோ அந்தப் பேச்சு..''

பிஸ்மில்லாஹிர் ரஹ்மானிர் ரஹீம்.

நாளும் நன்னெறிப்படுத்தும், கருணை மிக்க இறைவனின் திருப்பெயரால் தொடங்குகிறேன்.

உலகின் பல்வேறு நாடுகளிலிருந்து, உங்கள் அரவணைப்புக் கடிதங்களும் வாழ்த்து அட்டைகளும் அன்பொழுக என்னை வந்து சேர்ந்தன. உங்கள் நீடித்த அன்பும் ஆதரவும் என்னை மேலும் ஊக்கப்படுத்துகிறது. கருணை மிக்கப் பேச்சு, என்னைப் பெரிதும் பலப்படுத்துகிறது.

என் பெற்றோர் செலுத்திய எல்லையில்லாத அன்புக்கு, அனைவரின் முன்னதாக நன்றி கூறுகிறேன். என் சிறகுகளை கத்திரிக்காமல் விட்டு, உயரப் பறக்க ஊன்றுகோலான என் அப்பா; இஸ்லாமின் உயரிய கருத்தாக நாங்கள் நம்பிவரும், உண்மைப் பேசும் பண்பை தான் வாழ்ந்து கற்பிக்கும் என் அம்மா, இவ்விருவருக்கும் என்றென்றைக்குமான நன்றி. என்னால் எல்லாம் முடியுமென்று தைரியம் சொல்லி வளர்த்த ஆசிரியருக்கு பணிவான வணக்கங்கள்.

இப்பரிசு பெறும் முதல் பஷ்தூனி என்பதிலும் முதல் பாக்கிஸ்தானி என்பதிலும் மிக வயதுகுறைந்த பெண்மணி என்பதிலும் எல்லையில்லாப் பெருமை அடைகிறேன். இருந்தபோதும், நோபல் அமைதிப் பரிசு பெற்றும் தன் சின்னஞ்சிறு சகோதரர்களுடன் (சிரிப்புடன்) சிறுபிள்ளைத்தனமாக சண்டையிட்டு வரும் முதல் பெண்மணியும் நானாகத்தான் இருப்பேன்.

உலகெங்கும் அமைதி நிலவப் போராடும் அதேவேளையில், என் தம்பிகளுடனான சமரசப் பேச்சுவார்த்தையில் ஒரு பதின்பருவ அக்காவாக, நான் என்றைக்குமே அமைதிநிலை நாட்டியதில்லை!

குழந்தை உரிமைகளை முன்னிறுத்தி நெடுங்காலமாகப் போராடிவரும் திரு. கைலாஷ் சத்தியார்த்தியுடன் இந்த விருதைப் பகிர்ந்து கொள்வதில் அளப்பரிய பெருமை எனக்கு உண்டு. என் வயதில் இருமடங்கு இருக்கும் அவர் அனுபவம். உண்மையில் சொல்லப்போனால் நான் பிறப்பதற்கு முன்பிருந்தே, அவரின் உரிமை வேட்கை தொடங்கிவிட்டது.

அவரோடு ஒன்றுசேர்ந்து வேலைசெய்ய ஆவலோடு காத்திருக்கிறேன். ஒரு இந்தியரும் - ஒரு பாக்கிஸ்தானியும் ஒன்று சேர்ந்தால் குன்றிவிட்டிருக்கும் குழந்தை உரிமைகளை, குண்டுமணி குறையாமல் பத்-

திரப்படுத்திக் காக்கமுடியும் என்று உலகிற்கு எடுத்துச்சொல்ல, நாங்கள் தயாராகிவிட்டோம்!

அன்பு சகோதரர்களே, பஷ்தூன் இனத்தின் 'ஜோன் ஆஃப் ஆர்க்'காக கருதப்படும் மைவாண்ட் மலாலாவின் நினைவாக எனக்கு இப்பெயரைச் சூட்டினார்களாம். மலாலா என்றால் "துக்கம் வழிகிற, சோகம் பொருந்திய" என்று பொருள். சதா துன்பம் ஏந்திய இப்பெயருக்கு சிறிதேனுமொரு மனநிம்மதி கொடுக்க, "மலாலா - உலகின் மகிழ்ச்சிகரப் பெண்மணி" என்றே என் தாத்தா எப்போதும் என்னை அழைத்துவந்தார். இன்று நாம் அனைவரும் ஒரு உயரிய நோக்கத்திற்காக ஒன்றிணைந்தமைக் கண்டு, அவரின் எல்லா மகிழ்ச்சியும் ஒட்டுமொத்தமாக நான் அடையப் பெறுகிறேன்!

இந்த விருது எனக்கானது மட்டுமென்று சுருக்கிவிடாதீர்கள்! கண்களில் கண்ணீர் குளம்விட்டுக் கல்வி பெறக் காத்திருக்கும் கடைக்கோடி குழந்தைக்கும்; தன் ஆயுள்ரேகை முழுக்க அச்சம் சோர்ந்திருந்தும், இம்மியளவு அமைதிவேண்டி இன்றுவரைப் போராடிவரும் அத்தனை அபலைக்கும்; மாற்றம் பெறக் காத்திருக்கும், குரலற்ற எல்லா குழந்தைக்கும் இவ்விருதை உரித்தாக்குகிறேன்!

இவர்களின் அத்தனை மெல்லிய குரலையும், ஒட்டுமொத்த உலகிற்கு ஓங்கி ஒலிக்கும் பொருட்டே நான் இங்கு நிற்கிறேன். போதும்! நீங்கள் ஊதிவிட்டுப் போகும் அந்தப் பரிதாபக் காற்று இனியும் வேண்டாம்! இது செயல்புரிவதற்கான நேரம். இதுவே இறுதி முறை! இந்த உலகில் இதுவே இறுதி முறை! இவ்வுலகில் கல்வி உரிமை இல்லாத இனியொரு குழந்தையை நாம் பார்ப்பது இதுவே இறுதி முறை!

என்னைப் பல்வேறு பெயர்களால் நீங்கள் அழைக்கிறீர்கள்.

'தாலிபான்களால் சுடப்பெட்ட பெண்' என்று சிலர்.

'தன் உரிமைக்காகப் போராடியவள்' என்று சிலர்.

மற்றும் சிலரோ என்னை (சிரிப்புடன்) 'நோபல் விருது பெற்றவள்' என்றும் அழைக்கிறார்கள். என்ன இருந்தாலும்.. (சிரிப்புடன்) என்னை இன்னுமொரு 'எரிச்சலூட்டுகிற, அதிகாரம் செய்யும் அக்காவாகத்தான் என் தம்பிகள் பார்க்கிறார்கள்.'

எனக்குத் தெரிந்த வரை, "உலகின் எல்லா முடுக்குகளும் அமைதிப் பூத்திட, எல்லாப் பெண்களும் உரிமைப் பெற்றிட, எல்லாக் குழந்தைக-

ளும் கல்வி கற்றிட விடாப்பிடியாகப் போராடும் ஒரு சாதாரணச் சுட்டிப் பெண்! அவ்வளவுதான், மலாலா."

என் 17 வருட வாழ்வில் நான் கற்றுக் கொண்டதெல்லாம் ஒன்று-தான். வாழ்வின் அடிப்படைத் தேவை - கல்வி!

சொர்க்கம் சூழ்ந்த எங்கள் சுவாத் பள்ளத்தாக்கில் நானும் என் நண்பர்களும் படித்துப் படித்தே தோய்ந்துபோன நினைவுகள் இன்னும் காட்சிமாறாமல் கண்முன் விரிகிறது. விஷேச நாட்களில் மருதாணிப் பூசி அலங்கரிக்கும் போதுங்கூட எங்கள் கைகள் கனிகளும் பூக்-களுமின்றி, கணித சூத்திரமும் இயற்பியல் சமன்பாடுகளுமாகத்தான் இருந்தன. (குழந்தைச் சிரிப்பு)

பாலைவனப் பசியாக எங்களை ஒரு பாடுபடுத்தி இருந்தது, அந்தக் கல்வித்தாகம். வருங்காலத்தை வார்த்துக் கொடுக்கும் அந்த வகுப்பறை-யின் உள்ளே, நன்கு சலவை செய்த சீருடை அணிந்து எங்கள் பெருத்த விழிகள் கொண்டு யுகாந்திரக் கனவுக் கண்டிருப்போம். ஆண்களால் மட்டுமே முடியுமென்று அவர்கள் சொன்ன அத்தனை தடுப்புகளையும் என் தோழிகளுடன் சேர்ந்து உடைத்தெறிய முற்பட்ட நாட்கள் இன்னும் என் நினைவில்...

ஆனால் நாட்கள் அப்படியே தொடரவில்லை. அப்போது எனக்கு 10 வயது. எழில் கொஞ்சும் எங்கள் சுவாத்தை தீவிரவாத இருள் கொஞ்சம் கொஞ்சமாகக் கவ்வியது. அடுத்த நாளே 400 பள்ளிகள் தரைமட்டமாகின. பெண்கள் துன்புறுத்தப்பட்டனர், தப்பினால் தீக்கிரை-யாயினர். எங்கள் கனவுக் கோட்டையின் செங்கற்களை வெடிகுண்டுக் கொண்டு பெயர்த்து எறிந்தனர்.

கல்வி கற்கும் உரிமை குற்றமாகக் கருதப்பட்டது. பெண்கள் பள்ளி செல்வதை நிறுத்திக் கொண்டனர். என் உலகம் முற்றிலும் மாறத் தொடங்கியது. ஆம், என் முக்கியத்துவங்களும் மெல்ல மாறத் தொடங்-கின..

என்முன் இரண்டு வழிகள் இருந்தன. முதல் வழி - அனலிடைப்-பட்டப் புழுவாக, வீட்டில் அடைப்பட்டு சிறுபயனும் இல்லாமல் புழுங்கிப் புழுங்கியேச் சாவது. இரண்டாவது - அடக்குமுறைக்கு எதிராகக் குரல் உயர்த்தி குருதி ஒழுகக் குண்டடிப்பட்டுச் சாவது!

நான் இரண்டாவது வழியைத் தேர்ந்தெடுத்தேன்!

எங்கள் உரிமைகளைத் துப்பாக்கி முனைகளால் தூக்கிச் சென்ற அந்தத் தாலிபான்களின் கொடுமைகளை எங்களால் ஒரு போதும் கைக்கட்டி பார்க்கமுடியாது. அப்பாவி மக்களை கொன்றுபுதைத்து, இஸ்லாத்துக்கே இழுக்குத்தரும் அவர்களிடம் ஒன்று மட்டும் கேட்க விரும்பினோம். "மிகப் புனிதமாக நாம் கருதும் திருக்குரானின் பக்கங்களை நீங்கள் புரட்டியிருக்கிறீர்களா? 'ஒரு மனிதனை நீ கொல்வாயானால், ஒட்டுமொத்த மனிதக் குலத்தையே நீ கொன்றவன் ஆகிறாய்' என்று அல்லாஹ் சொல்வதை ஒரு முறைகூட நீங்கள் படித்ததில்லையா?

'உன்னையும் உன்னைச் சார்ந்தவரையும் காயப்படுத்த உனக்கே உரிமையில்லை' என நபிகள் சொல்வதை கூட நீங்கள் கேட்டதில்லையா?

சரி... **திருக்குரானின் முதல் வார்த்தை 'இக்ரா'. அதாவது 'படி' என்று அர்த்தம். இதையாவது அறிவீர்களா?**

தாலிபான்கள் என்னையும் என் நண்பர்களையும் தடுத்து நிறுத்த முன்வந்தனர். 2012-ல் அவர்கள் நடத்திய என் பள்ளிப் பேருந்து தாக்குதலில் என்னோடு சிக்குண்ட சில நண்பர்கள் இங்கு வந்திருக்கிறார்கள். அவர்களின் துப்பாக்கிகளோ, சித்தாந்தங்களோ எதுவும் வெற்றிப் பெறவில்லை.

நாங்கள் உயிர் பிழைத்தோம். எங்கள் இரத்த நாளங்கள் முறுக்கேறின. அதுநாள் வரை விம்மிக் கொண்டிருந்த எங்கள் எதிர்ப்புக் குரல், அணு ஆயுதமாக வெடிக்கத் தொடங்கியது.

நான் என் கதையைச் சொல்வதற்கு, அது வித்தியாசமானது என்பது காரணம் அல்ல. உண்மையில் அது வித்தியாசமானது அல்ல, என்பதுதான் காரணம். சொல்லப்போனால், இது பல பெண்களின் கதை!

பாக்கிஸ்தான், நைஜீரியா ஏன் சிரியாவிலிருந்து நான் இங்கு அழைத்து வந்த பல சகோதரிகளின் கதையும் இதுதான். அன்று என்னோடு சேர்த்து தாக்குதலுக்கு உட்பட்டப் பின்னும் கூட, தைரியவாதிகளான ஷாசியாவும், கைனாத்தும் படிப்பைக் கைவிடாது தொடர்கின்றனர். மிகக் கொடூரமான அவலத்திற்கு ஆளானபோதும், தன் சகோதரனை கண் முன்னதாக சுட்டுக் கொன்றபோதும் அதிகாரத்திற்கு இணங்க மறுத்த கைனாத் சோம்ரோ போன்ற பல பெண்களின் கதையும் இதுதான்.

மலாலா ஃபண்ட் கேம்பெயினில் நான் சந்தித்த சில சகோதரிகளும் இங்கு வந்துள்ளனர். சிரியாவில் பிறந்து, ஜோர்டானில் அகதியாக

வாழ்ந்துவரும் போதுங்கூட ஒவ்வொரு கூடாரமாகச் சென்று சிறு பிள்ளைகளைக் கல்விக் கற்கும்படி மன்றாடி அறிவுறுத்தும் 16 வயதே நிறைந்த மீசோன் இங்கு வந்திருக்கிறார். பள்ளிக்குப் போகும் பெண் பிள்ளைகளை கடத்தி வந்து சித்திரவதைச் செய்யும் 'போக்கோ ஹராம்' தீவிரவாதிகள் நிறைந்த வட நைஜீரியாவிலிருந்து அமீனா வந்திருக்கிறார்.

வெறும் 5 அடி. குதிங்கால் உயர காலணியோடு சேர்த்தால் 5 அடி 2 அங்குலம் மட்டுமே உள்ள நான் ஒற்றை ஆள் அல்ல. (சிரிப்பு) ஒருத்தியாகத் தெரிந்தாலும், நான் ஒற்றை ஆள் அல்ல!

என்னுள் பலர் இருக்கிறார்கள்.

நான் மலாலா. நானே ஷாசியா.

நானே கைனாத்.

நானே கைனாத் சோம்ரோ.

நானே மீசோன்.

நானே அமீனா. நானென்றால் நான் மட்டுமல்ல. உலகெங்கும் கல்வி உரிமை மறுக்கப்படும் 6.6 கோடிப் பெண்களும் நான்தான். இங்கு உயர்த்தப்படும் குரல் என்னுடையது அல்ல, அந்த 6.6 கோடி பெண்களின் அடிவயிற்று அலறல்.

சிலசமயம் பெண்கள் ஏன் கல்வி கற்க வேண்டும் என என்னிடம் கேட்கிறார்கள். நான் திருப்பிக் கேட்பதெல்லாம், "அவர்கள் ஏன் கல்வி கற்கக் கூடாது?"

அன்பு சகோதரர்களே, "உங்கள் சரிபாதி உலகம் நவீன வளர்ச்சியை நோக்கி நகர்ந்து கொண்டிருக்கும் அதே வேளையில்தான், எங்களின் மறுபாதி உலகம் போர்களாலும் பஞ்சங்களாலும் அநீதிகளாலும் நசுக்கப்பட்டுக் கொண்டிருக்கிறது."

இந்தப் போரினால் ஏதுமறியாத அப்பாவிகள் உயிர்துறந்து, எண்ணிலடங்கா அநாதைகள் வாழ்ந்துவரும் வீதிகளை சிரியாவிலும் காஸாவிலும் ஈராக்கிலும் பார்க்கிறோம். கொத்தோடு அழிந்துபோகும் குடும்பங்களை ஆப்கானிஸ்தான் குண்டுவெடுப்புகள் கண்முன் நிறுத்துகின்றன.

பஞ்சத்தால் படிப்புக் கிட்டாத ஆப்ரிக்கக் குழந்தைகள், கல்வி உரிமை இல்லாத நைஜீரியப் பெண்கள் என வருந்தத்தக்க வரலாற்றை நாம் வரைந்து கொண்டிருக்கிறோம்.

இந்தியாவிலும் பாக்கிஸ்தானிலும் திரு.கைலாஷ் சத்தியார்த்தி குறிப்பிட்டபடி, சமூக ஒடுக்கங்களால்; குழந்தைத் திருமணங்களால்; உழைப்புச் சுரண்டல்களால் பல்லாயிரம் குழந்தைகள் தம் பள்ளிப்படிப்பை இழந்திருக்கிறார்கள்.

என் வயதொத்த தோழி ஒருவள், மருத்துவராகக் கனவு கண்டாள். நிச்சயம் அவள் ஆகியிருக்கக் கூடும். ஆனால், அது கனவாகவே முடிந்தது. தன் 12 வயதில் கட்டாயத் திருமணம் செய்துகொண்டதோடு, இரண்டு ஆண்டுகளில் ஒரு ஆண் குழந்தையும் பெற்றெடுத்தாள். தானொரு குழந்தையாக இருக்கும்போதே, இன்னொரு குழந்தைக்குத் தாயானாள். பெண் என்பதால், அவள் கனவை கருவிலேயே கலைத்துவிட்டார்கள்.

அவளின் கலைந்து போன கனவுதான், உலகெங்கும் உள்ள பெண்கள் தரமான கல்வி கற்பதற்கும், அநீதிக்கு எதிராக குரல் எழுப்புதற்கும் இந்த நோபல் பரிசுத் தொகையை மலாலா நிதி நிறுவனத்திடம் ஒப்படைக்க எனக்கு ஊன்றுகோலானது. அதிலும் முதல் தவணை நிதி, என் மனம் அலைபாய்ந்து கொண்டிருக்கும் சுவாத் மற்றும் ஷாங்லா பள்ளத்தாக்கில் பள்ளிக்கூடங்கள் கட்டத் தயாராக இருக்கிறது.

ஆம்.. சுவர்கம் சூழ்ந்த என் சுவாத்தில் நான் தொடக்கப்புள்ளி இடுகிறேன். ஆனால் அதுவே என் முற்றுப்புள்ளி ஆகிவிடாது. ஒவ்வொருக் குழந்தையும் பள்ளிக்கூடம் போய் சேரும்வரை, என் போராட்டம் ஓயாது.

உலகின் பெருமாற்றங்களை நிகழ்த்திய மார்டின் லூதர் கிங், நெல்சன் மண்டேலா, அன்னை தெரேசா, ஆன்ங்-சான்-சியூக்கி போன்ற பலரும் இந்த நோபல் மேடையில் இருந்திருக்கிறார்கள். இன்று நானும் கைலாஷ் சத்தியார்த்தியும் கைகோர்த்திருக்கும் இந்த மேடை, எங்களையும் அந்தக் கனவுக் கரையை அடையவைக்கும் என நம்பிக்கைக் கொள்கிறேன்.

என் மிகப்பெரிய நம்பிக்கை என்னவென்றால், இதுவே இறுதி முறையாக இருக்கும்! கல்வி உரிமைக்காக நாம் போராடுவது இதுவே இறுதிமுறையாக இருக்கும்.

கல்வியின் அவசியத்தை உலகத் தலைவர்கள் அறிந்துகொள்ளும்படி நாம் ஏதும் செய்யத் தேவையில்லை. தம் சொந்தக் குழந்தைகளை உலகத்தர நிறுவனத்தில் படிக்கவைக்கும் அவர்களுக்கு, நம் குழந்தைகளையும் அங்கு படிக்க வைக்க அழைப்பு விடுக்க வேண்டும்! கல்வியை

- முழு முக்கியத்துவப் பண்டமாக அவர்கள் ஏற்க வேண்டும்!

15 ஆண்டுகளுக்கு முன்பு, மில்லினிய வளர்ச்சித் திட்டமொன்றை உலகத் தலைவர்கள் வெளியிட்டார்கள். கைலாஷ் சொன்னார்போல், சில முன்னேற்றங்களை அத்திட்டங்கள் ஈடுசெய்திருந்தாலும் அவையெல்லாம் தொடக்கக் கல்வி அளவில் மட்டுமே இருந்தன.

தற்போது, 2015-ல் நீடித்த நிலையானத் திட்டங்களை வரையறுக்க இருக்கிறார்கள். ஒட்டுமொத்த உலகின் இலட்சியக் கனவாக இது இருக்க வேண்டும்.

இனியும் நாங்கள் தொடக்கக் கல்வி மட்டும் போதுமென்று வாயடைத்து நிற்க மாட்டோம். அல்ஜீப்ரா கணக்குகள் இயற்பியல் சூத்திரமென மேம்பட்டப் படிப்புகளை உங்கள் குழந்தைகள் மட்டுமல்ல, இனி நாங்களும் கற்போம்!

உலகத் தலைவர்களே! தரமான உயர்நிலைக் கல்வியை எல்லோர்க்கும் இலவசமாகக் கொண்டுச் சேர்க்க ஆவணச் செய்யுங்கள்.

சிலர் இதை நடைமுறைக்கு ஒவ்வாத யோசனை, பேராசைக் கனவு, பெரும்பணத் திட்டம் என முட்டுக்கட்டை போடுவீர்கள்.

தயவுசெய்து, எங்களுக்கு ஒன்று மட்டும் தெளிவுப்படுத்துங்கள்

> *"உலகின் மிக சக்திவாய்ந்த நாடுகள், ஏன் எப்போதும் போர் உண்டாக்குவதில் பலம்பொருந்தியதாகவும், அமைதி நாட்டுவதில் பலம் குன்றியதாகவும் இருக்கின்றன? ஏன் ஒரு தேசத்திற்கு துப்பாக்கிகளை இரவல் கொடுப்பதைவிட புத்தகங்களை இரவல் கொடுப்பது அத்தனை கஷ்டமாக இருக்கிறது? ஏன் அப்படி? பீரங்கி தயாரிக்கும் ஒரு தேசபக்தன், பள்ளிக்கூடங்கள் கட்டுவதில் ஏன் இத்தனை பொல்லாப்பாக இருக்கிறான்?"*

நாம் நவீன காலத்தில் வாழ்ந்து வருகிறோம். சாத்தியமில்லாதது ஏதுமல்ல. 45 வருடங்களுக்கு முன்பே நிலவில் தரையிறங்கி விட்டோம், இன்னும் சில ஆண்டுகளில் செவ்வாயிலும் தடம் பதிக்கப் போகிறோமாம். இத்தகைய 21-ம் நூற்றாண்டில், அனைவருக்கும் கல்வி உரிமை என்பது கேள்விக்குறி ஆகலாமா?

சகோதரர்களே, நாம் காத்திருக்கக் கூடாது. அரசியல்வாதியோ, உலக மேதையோ யாரேனும் வந்து மாற்றம் தருவார்களென வேடிக்கைப் பார்த்தே காலம் கழிக்க இனியும் நேரம் இல்லை. போராடுவோம். நான், நீங்கள், நாம், எல்லோரும் போராடுவோம்!

வெற்று வகுப்பறைகளை இனியும் காண்பது இதுவே கடைசி முறை!

தன் பதின்பருவத்தை சுரங்கத்தில் கழிக்கும் குழந்தைகளை நாம் பார்ப்பது இதுவே கடைசி முறை!

கட்டாயத் திருமணத்தால் கல்வி இழக்கும் குழந்தையை, நாம் காண்-பது இதுவே கடைசி முறை!

ஏதுமறியாத போரில், தன் இன்னுயிர் இழக்கும் குழந்தையை நாம் பார்ப்பது இதுவே கடைசி முறை!

இது எல்லாம் நம்மோடே முடிந்து போகட்டும்!

இதன் இறுதி அத்தியாயத்தை இன்றைக்கே, இங்கேயே, இப்போதே எழுதுவோம்!

4

விதியுடன் ஒரு ஒப்பந்தம்

ஜவஹர்லால் நேரு

"ஆகஸ்ட் 14, 1947. நேரம் நள்ளிரவை நெருங்கிக் கொண்டிருந்தது. பஞ்சாப், வங்காள எல்லையில் இரத்த ஆறு ஓடிக் கொண்டிருக்க, தில்லி நகரம் மட்டும் பட்டாசுச் சூடி தன்னை அலங்கரித்துக் கொண்ட வேளையில் ஒரு யுகாந்திர மாற்றம் நடைபெற இருந்தது. 400 ஆண்டுகால ஆங்கிலேய அடிமைச் சாசனத்தை நார்நாராகக் கிழித்தெறியக் காத்திருத்தது, இந்தியா.

அப்ப வருமோ, இப்ப வருமோ, ரெயிலில் வருமோ, மெயிலில் வருமோ என்று காத்துக்கிடந்த சுதந்திரம் ரகசியமாய் இரவில் வந்தது. மன்னராட்சிக்கும் அடிமையாட்சிக்கும் பழகிப்போன இந்தப் பழமைதேசத்தில் ஜனநாயகப் பூ, நள்ளிரவில் மொட்டவிழ்த்தது. இந்தியா உடைந்து போய்விடும் என்ற மேற்கத்திய வாதங்களுக்கு வாய்ப்பூட்டுப் போட்டது அந்த இரவு. இதுவரை இல்லாத, யாரும் கேள்விப்-

படாத பல பணிகளை தன் மேல் இழுத்துவாரிப் போட்டுக் கொண்டனர் தேசாபிமானிகள்.

காந்தியும் நேருவுமே மாறுபட்ட முடிவெடுத்த நாள் அன்றுதான். ஒற்றைத் தினத்தில் தான் வரலாறு மாறுகிறது. 'காலனி ஆஃப் பிரிட்டன்' என்பது 'இறையாண்மை மிக்க இந்திய தேசமானது' அன்றுதான். இந்தியாவின் கடமைகளை இந்தியர்களுக்கு மட்டுமல்ல, இந்தியாவிற்கே அறிமுகப்படுத்திய நாள் அன்றுதான்.

அரங்கம் ஒலிர, "Long days ago.." என்று நேரு தொடங்கும் போது, இந்தியத் தாயும் தன்னை சுதந்திரத் தேவியாக்கிக் கொண்டாள். 20-ம் நூற்றாண்டின் தலைசிறந்த பேச்சுக்களுள் ஒன்றாகக் கருதப்படும் 'விதியுடன் ஒரு ஒப்பந்தம்' இதோ..''

பல ஆண்டுகளுக்கு முன் விதியுடன் நாம் ஓர் ஒப்பந்தம் செய்துகொண்டோம். முழுமையாக இல்லாவிட்டாலும் மிகக் கணிசமாக அந்தச் சத்தியங்களை சாத்தியப்படுத்தும் காலம் இப்போது வாய்த்திருக்கிறது. நள்ளிரவு மணி நடுங்கிக் கொண்டே ஒலிக்கும் இந்த நடுநிசிப் பொழுதில்

ஒட்டுமொத்த உலகமும் உறங்கிக் கொண்டிருக்கும் வேளையில், தன் உரிமைக்காகவும் வாழ்விற்காகவும் இந்தியா விழித்துக் கொண்டிருக்கும்!

பழைய நூற்றாண்டுப் பெட்டியைப் பரணில் ஏற்றிப் புது நூற்றாண்டுக் காலத்தை கனிவாக வரவேற்கும் வாய்ப்பு, வரலாற்றில் மிக அரிதாகவே இந்தியாவிற்கு வழங்கப்பட்டிருக்கிறது. நானூறு ஆண்டுகளாக நசுக்கப்பட்ட இந்தத் தேசத்தின் ஆன்மா மூச்சு விடவும்; பேச்சு விடவும் ஒருவழியாக ஓய்வு கிடைத்துவிட்டது.

இந்தியா, அதன் பிரஜைகள், ஏன் இந்த தேசத்தின் கடைசிமட்ட ஜீவராசி செழிக்கும் நாள்வரை எங்கள் உழைப்பு ஓயாது என்பதை இந்தப் புண்ணியப் பொழுதில் உறுதிமொழிகிறோம்.

வரலாற்றுப் புத்தகத்தின் முதல் பக்கத்தில் தொடங்குகிறது இத்தேசத்தின் தேடல். ஆஹ்ம்! தொடர்ந்து பல நூற்றாண்டுகளாக வியர்வையும் சகதியுமாய், இரத்தமும் சதையுமாய், வெற்றியும் தோல்வியுமாய் பன்னூறு படிமம் கொண்டு இந்தியா என்றொரு வடிவம் பெற்றிருக்கிறது. எந்தத் தோல்வியிலும் கலங்காமல்; எந்த வெற்றிக்கும் மயங்காமல் தான் வலுப்பெற்ற வழிகளையெல்லாம் தேசமோ, நாங்களோ என்றைக்கும் மறந்ததில்லை.

இந்தியாவின் துரதிர்ஷ்டங்கள் இன்றோடு ஒழிந்தன! இந்தியாவின் சாபங்கள் இன்றோடு தீர்ந்தன! இந்தியா தன்னை உணரத் தொடங்கிவிட்டது! இனி நாம் கொண்டாடவிருக்கும் வெற்றிகளுக்கு இந்த நாள், ஓர் இனிய தொடக்கம் மட்டுமே!

விதிக்கு நாம் செய்துகொடுத்த சத்தியத்தை இறுகப் பற்றிக்கொண்டு, இன்றோடு விடுதலை அடையத் திடமாகத் தயாராகிவிட்டோமா? எதிர்வரும் சவால்களை தவிடுப்பொடியாக்கி, நூற்றாண்டுகளாகத் தவித்த ‘நாளை’ பற்றிக்கொள்ள நாம் தயாரா?

விடுதலையும் அதிகாரமும், நம் கைகளை கடமை என்னும் காப்பால் கட்டிப்போடுகின்றன. அந்தக் கடமைகள், இறையாண்மை மிக்க நம் சபையிடம் ஒப்படைக்கப்பட்டுள்ளது. விடுதலைக்குப் போராடிய நம் வலிமிகுந்த நினைவுகள், இதயத்தோடு இன்னும் கணத்தபடி நிற்கின்றன. சில காயங்கள் வடுவாகி தொடர்கின்றன. எது எப்படியோ! கடந்த கால கசப்புகள் இன்றோடு இனிப்பாகிப் போகட்டும்! நம் முன் பரந்த எதிர்காலம் இருக்கிறது.

இந்தியாவின் எதிர்காலம் மலர்களால் அல்ல, முட்களால் நெய்யப்பட்ட படுக்கை. இதுநாள்வரை நாம் ஏற்ற உறுதிமொழிகள் நம்மையே சிக்கலுக்கு உள்ளாக்கலாம்; இன்று ஏற்கவிருக்கும் பிரமாணமோ, இந்தியாவை நெறிப்படுத்தும் கணத்த பாரத்தை தலைமேல் சுமத்தலாம்! இந்தியாவிற்குக் கடமைச் செய்வதென்பது நொந்துக் கொண்டிருக்கும் இலட்சக்கணக்கான இதயங்களில் மயிலிறகு கொண்டு மெல்ல வருடிவிடும் மெனக்கெடலை நம்மிடம் எதிர்ப்பார்க்கும். அறியாமையை அழித்து பஞ்சத்தைப் பொசுக்கும் நாள்வரை இந்தக் கடமை ஓயாது. கசியும் ஒவ்வொரு கண்ணிலிருந்தும் கடைசி சொட்டுக் கண்ணீரை துடைத்து எறிவதே எங்கள் தலைமுறையின் உயர்ந்த இலட்சியமாக இருக்கும். ஒருவேளை எங்களால் அது சாத்தியப்படாமல் போகலாம், ஆனால் சாத்தியப்படும் நாள்வரை இந்தக் கடமை ஓயாது!

பெருத்த கனவுகளை மூட்டைக்கட்டி, ஆடிமாதக் காற்றில் ஆழியில் சுற்றித் திரிகிறோம். கணநேர ஓய்வும் கடலில் சாய்த்துவிடும். இந்தியா பற்றிய நம் கனவுகள் நனவாகும் வரை உழைக்க வேண்டும். ஏனென்றால் அவை இந்தியா சார்ந்தவை மட்டுமல்ல, உலகம் சார்ந்தவை. வெறுமனே உலகம் மட்டுமல்ல, இந்தியா என்றொரு நாடு என்றைக்காவது கரைசேரும் என முணுமுணுத்து வந்த ஒவ்வொரு உயிரும் சாரந்தவை!

அமைதியை நம்மால் பிரித்துக் கொடுக்க முடியாது. விடுதலைக் கூட அப்படித்தான். அந்த வரிசையில் பேரழிவுகளையும் இந்த உலகம் அப்படியே பார்க்க வேண்டும். எங்கோ, எவருக்கோ என்றிருக்கக் கூடாது.

என் அருமை இந்தியர்களே! எங்களோடு இந்தப் பயணத்தில் ஒன்று சேருங்கள். அற்ப விமர்சனம் பேசி ஆயுள் கழிக்க, நம் விதியில் இடமில்லை. தன் குழந்தைகளைப் பாதுகாக்க பாரதத் தாய் துணிந்து விட்டாள். தாய்க்கொரு பழிநேர்ந்தால் மகற்கில்லையோ? வாருங்கள்!

விதி வகுத்த நாள் இதோ வந்துவிட்டது! நீண்ட நித்திரைக்குப் பிறகு, இந்தியா விழித்துக் கொண்டது. இடைவிடாத போராட்டங்களால் இன்றியமையாத இழப்புகளை பணயம் வைத்து, சுதந்திரத்தை சுவாசிக்க இதோ எழுந்து விட்டாள் பாரதமாதா! ஓட்டடைப் படிந்த பழைய நினைவுகள் அங்குமிங்கும் வந்துபோகின்றன. செய்துகொடுத்த சத்தியங்களை சாத்தியப்படுத்தும் முன்னர் பலநூறு கடமைகள் நம்மேல் குவிந்துள்ளன!

நமக்கென்று புது வரலாறு இன்று பிறக்கிறது. இனி எழுதப்படும் இத்தேச வரலாறு இந்தியர்களையே பேசப் போகிறது. ஆஹா, எத்தனைப் பெரிய கனவு இது!

இந்த நொடி இந்தியாவுக்கானது. ம்ம்ஹூம்.. ஆசியாவுக்கு, இல்லை... இல்லை.. ஒட்டுமொத்த உலகிற்குமானது! கிழக்கில் உதிக்கும் இந்த நம்பிக்கை நட்சத்திரம், பூமிப்பந்து எங்கும் விடுதலை வெளிச்சத்தை பறைசாற்றப் போகிறது. நெடுநாட்களாக ஏங்கித் தவித்த இந்த ஒளி, அடுத்த கணம் நம் கைக்குள் அடங்கிவிடப் போகிறது. இனி எப்போதும் இவ்வெளிச்சம் மங்காது, எப்போதும் இந்நம்பிக்கை உதிராது.

வறுத்தம் வழிகிற முகத்தோடு இக்கோட்டைக்கு உள்ளேயும் வெளியேயும் பல இன்னல்கள் நம்மை வாட்டியெடுக்கின்றன. அதனாலென்ன, வாராது வந்த மாமணியை வாசலோடு வழியனுப்பி வைப்பதா? சுதந்திரம் நம்மை தாராளப்படுத்த அல்ல, தயார்படுத்த. ஒழுக்கம் மிக்க தேச அபிமானியாகவே, இப்பாடுபட்டு சுதந்திரம் பெற்றிருக்கிறோம்!

இந்தத் தினத்தில் தேசப்பிதா காந்தி பற்றி பேசாமல் இருக்க முடியாது. இந்தியாவின் உலர்ந்து போன ஆன்மாவை தன் மேலாடையாகப் போர்த்திக் கொண்டு, இருண்டுப் போன தேசத்தில் தெற்கு வடக்காகத் திரிந்து ஒளியேற்றி வைத்த அந்த மகானை நம்மால் எப்படி மறக்க முடியும்? அவரின் சொல்பேச்சுக் கேட்காத சீடர்களாய் பல நேரங்களில் வழிதவறியிருக்கிறோம். பாரதத் தாயின் மூத்த மகனை இனிவரும் தலைமுறைகள் தன் இதயத்தில் வைத்துப் போற்றுவது திண்ணம்.

அவர் ஏற்றிவைத்த சுதந்திரத் தீபம் இனி எப்போதும் மங்காது; சூறாவளி அடித்தாலும், புயல் கொண்டு தகர்த்தாலும் ஒரு பொட்டு அக்கினையைக் கூட எவராலும் அள்ள முடியாது.

கைமாறு கருதாத அகிம்சை போராளிகள், முன்பின் தெரியாத தன்னார்வலர்கள், வீரம் செறிந்த விடுதலை வீரர்களென இன்னுயிர் நீத்த இலட்சோபலட்ச இந்தியர்களை நாம் நினைத்துப் பார்க்க வேண்டும்.

பிரிவினைக்குப் பிறகு அந்நியராக்கப்பட்ட நம் சகோதர சகோதரிகளை நினைத்துப் பாருங்கள்.

அவர்களின் ஆண்டுக்கணக்கானப் போராட்ட வெற்றியை அற்ப அரசியல் காரணத்தால், கொண்டாட மறுக்கப்பட்டமை கண்டு மனம் இரங்குங்கள். பிரிந்து சென்றால் என்ன, கிளைவிட்டுப் பிரிந்தாலும் இலைகள் மரத்திற்கே சொந்தம்! முன்னெப்போதும் போல நல்லவை

கெட்டவைகள் பகிர்ந்தபடியே நாமிருப்போம்!

எதிர்காலம் நம்மை கைநீட்டி அழைக்கிறது. ஆனால் எங்கே செல்வது? என்ன செய்வது? ஒடுக்கப்பட்ட குடிமகன் ஒருவன் விடுதலை அடைய என்ன வேண்டுமோ, வாய்ப்புகள் கிடைக்க என்ன தேவையோ அவை எல்லாம் பூர்த்தி செய்ய பாடுபடுவோம். பஞ்சம், பசி, அறியாமை, கொள்ளைநோய் என வேண்டாதவை விரட்டி வளமான, சுதந்திரமான, முற்போக்கான தேசத்தை சமூகப் பொருளாதார, அரசியல் உரிமைகள் கொண்டு நிலைநாட்டப் பாடுபடுவோம். பாரத மக்களுக்கு நீதி கிடைக்க, உயிர் உள்ளமட்டும் குரல் கொடுப்போம்!

சவால் நிறைந்த காலம் நம்மைப் பூங்கொத்து கொடுத்து வரவேற்கிறது. நாம் கொடுத்த உறுதிமொழிகள் நம்மை உறுத்தி எடுக்கும் முன்னதாக முழுமையாக முடித்தாக வேண்டும். அதுவரை ஓய்வென்பதே கிடையாது! உலகின் தலைசிறந்த தேசத்தில் வாழும் உயரிய ஆன்மாவாக இன்றுமுதல் பிறப்பெடுத்துள்ளீர்கள். அதற்கேற்றாற்போல் வாழுங்கள். எந்த மதத்தினராய் இருத்தால் என்ன, எல்லோரும் ஓர் குலம்; எல்லோரும் ஓர் நிறை. எல்லோரும் இந்நாட்டு மக்கள். வகுப்புவாதங்களை இத்தேசம் என்றைக்கும் ஊக்குவிக்காது. பாகுபாடுக்குட்பட்ட தேசமெல்லாம் பாழாய்ப்போனதுதான் வரலாறு, அதுவே நம் கதையும்.

உலகத் தேசங்களுக்கு நம் மகிழ்ச்சியும் நன்றியும் அளவுக்கு மீறி அனுப்பிவைப்போம். அவர்களின் எல்லா நற்செயலுக்கும் ஒத்துழைப்பு நல்குவோம்.

இறுதியாக, நாம் பெரிதும் விரும்பும் இந்தியா. பழைமையும் பாரம்பரியமும் பின்னிப்பிணையும் நம் பாரத்திற்கு நெஞ்சம் நிறைந்த நன்றிகளை காணிக்கையாக்குவோம்!

ஜெய் ஹிந்த்.

5

பெண்களும் மனிதர்கள் தானே?

சூசன் பி அந்தோணி

"நவம்பர் 5, 1872. அமெரிக்காவின் 13வது குடியரசுத் தலைவர் தேர்தல் விறுவிறுப்பாக நடைபெற்றுக் கொண்டிருந்தது. உலகின் ஏனைய நாடுகளைப் போல அமெரிக்காவிலும் அப்போது ஆண்களுக்கு மட்டுமே வாக்குரிமை வழங்கப்பட்டிருந்தது. 14வது சட்டத்திருத்ததால், நான்கு ஆண்டுகளுக்கு முன்பு வாக்குரிமை பெற்ற கறுப்பின மக்கள், தங்கள் முதல் தேர்தலில் கூட்டம் கூட்டமாக வந்து வாக்குச் செலுத்தினர்.

திடீரென ஒரு பெண் கூட்டத்திற்குள் நுழைந்தாள். ஒட்டுமொத்த அமெரிக்காவிலும் வாக்குச் செலுத்த வந்த ஒரே பெண், சூசன் பி ஆண்டனி. பல ஆண்டுகளாக அமெரிக்க, ஐரோப்பிய தேசம் முழுக்க பெண்ணுரிமைக்கு குரல்கொடுத்து வரும் சூசன், நேரடியாகக் களத்தில் குதித்தது இந்தத் தேர்தலில் தான். அடுத்த ஒரு வாரத்திற்கு அமெரிக்கா

முழுக்க இவர் பெயர்தான்.

மாதம் கழிந்தது. சட்ட உரிமை மீறி வாக்கு செலுத்தியதற்காக சூசன் மீது வழக்கு பதிவு செய்யப்பட்டது. $100 கட்டியதும் பிணையில் விடுவிக்கப்பட்டார். ஆனால் அத்தோடு நிற்கவில்லை.

ஜூன் 17, 1873-ல் நியூயார்க் நகர நீதிமன்றத்தால் விசாரணைக்கு அழைக்கப்பட்டார். இவர் அளித்த வாக்கு செல்லுபடியாகாது போனாலும், அந்தத் தேர்தலில் வெற்றிப்பெற்ற 13வது அமெரிக்க அதிபர் மில்லார்ட் ஃபில்மோர் அந்த அவையில்தான் வீற்றிருந்தார். விசாரணை ஆரம்பமானது. தன் தரப்பு வாதங்களாக சூசன் சொன்னவை "பெண் வாக்குரிமைக்கு வாய்ப்பூட்டு போட்டவர்களை வாயடைக்கச் செய்தது". உதிர்த்த ஒவ்வொரு வார்த்தைகளும் தங்கத்தால் பொறிக்க தவமிருந்தன போல. அத்தனை ஆண்களுக்கு முன்னதாக தனியொருப் பெண்ணாய், பேசத் தொடங்கினார் சூசன்.

அமெரிக்க வரலாற்றில் மட்டுமல்ல, மகளிர் வாக்குரிமை வரலாற்றிலேயே சூசனின் போராட்டம் ஒரு மகத்தான மைல்கல். இவர் இறந்த 14 ஆண்டுகளில் அமெரிக்கப் பெண்கள் வாக்குரிமை பெற்றுவிட்டனர்.

உலகெங்கிலும் உள்ள பெண்கள், இன்று ஜனநாயக முறைப்படி வாக்களிக்க நேரடியாகவோ மறைமுகமாகவோ சூசன் - ஓர் அசாத்திய தூணாக இருந்துள்ளார். அமெரிக்காவை நடுங்க வைத்த அந்த ஒற்றைப் பெண்ணின் மெல்லிய குரல் இதோ..”

தோழர்களே, என் சக அமெரிக்கவாசிகளே!

மாபெரும் தீங்கிழைத்த குற்றத்திற்காக உங்கள் முன் இங்கு நிறுத்தப்பட்டிருக்கிறேன். சென்ற ஆண்டு நடைபெற்ற குடியரசுத் தலைவர் தேர்தலில் சட்ட ரீதியான உரிமையின்றி நான் வாக்களித்து விட்டேனாம்! என்மீது குற்றம் சாட்டுகிறார்கள். இந்த அழகிய மாலைப் பொழுதில் உங்களிடம் ஒன்றை தெளிவுபடுத்தி ஆக வேண்டும்!

"நான் செய்தது சட்ட விதிமீறல் அல்ல, இந்தத் தேசமும் ஆட்சியும் நமக்கு இழைத்துக் கொண்டிருப்பதுதான் உட்சபட்ச விதிமீறல்; நான் செய்தது ஒரு ஜனநாயகக் கடமை என்பதை நீங்கள் உணர வேண்டும்; இந்தத் தேசம் இதை சரிசமமாக வழங்க நமக்கு கடமைப்பட்டிருக்கிறது என்பதை எல்லோரும் புரிந்து கொள்ளுங்கள்; இதை யாராலும் நம்மிடம் இருந்து பறித்துவிட முடியாது என்பதை மிகத் திடமாக பதிவுசெய்ய விரும்புகிறேன்!"

நமது கூட்டாச்சித் தத்துவத்தின் அரசியலமைப்பு முகவுரையை மறந்துவிட்டீர்களா?

"ஐக்கிய நாடுகளின் மக்களாகிய 'நாம்', கனகச்சிதமான ஒன்றியத்தை ஏற்படுத்த, நீதியை நிலைநாட்ட, உள்நாட்டில் அமைதியை உறுதிபடுத்த, சமூகப் பாதுகாப்பிற்கும் ஒட்டுமொத்த நலனிற்கும், நமது விடுதலையை நாமே மேம்படுத்தி பாதுகாக்க இந்த அரசியலமைப்பு சட்-

டத்தை ஐக்கிய அமெரிக்க நாடுகளின் பெயரால் ஏற்றுக்கொள்கிறோம்" என்றல்லவா உறுதி எடுத்தோம்? அதில் குறிப்பிடப்படும் 'நாம்' என்பவர்கள் யார்?

> *"வெறும் வெள்ளைத் தோல் ஆண்களா, இல்லை கறுப்பின ஆண்களா? இல்லை. இல்லவே இல்லை. நாம் என்றால் நாமெல்லோருமே! ஒன்றுவிடாமல் தொகுத்துக் கூட்டி, இந்த உதிர்ந்து போன பிரதேசத்தை ஒற்றைத் தேசமாக்கிய நாம் எல்லோருமே. நாம் இதை ஏன் செய்தோம்? விடுதலை தரும் வசதிகளை வைத்து சிம்மசொப்பனமாக அமர்ந்து வெட்டிக் கதைப் பேசிக் கழிக்கவா? இல்லை. விடுதலை நமக்கு கடமைகளை இட்டுச்செல்கிறது, அதைப் பாதுகாக்கும் பெரும்பொறுப்பு நம்மேல் விழுந்துள்ளது. 'நாம்' என்றால் இந்த சமூகத்தின் பாதியோ, அவர்தம் சந்ததியின் அடுத்த சரிபாதியோ அல்ல. நாம் என்றால் நீங்களும் - நாங்களும்; ஆண்களும் பெண்களும்!"*

ஒரு ஜனநாயக நாட்டில் மிகச் சாதாரணமாக நீங்கள் அனுபவிக்கும் வாக்குரிமையைப் பெண்கள் என்பதாலேயே எங்களுக்கு மறுத்துவிட்டு, விடுதலையால் நாங்கள் கொஞ்சிக் குலாவி இன்புற்றிருக்கிறோம் என்று சொல்வதில் துளியாவது நியாயம் இருக்கிறதா? எங்களை ஆளும் தலைவரைத் தேர்ந்தெடுக்கும் அதிகாரம், எங்களுக்கே மறுக்கப்பட்ட பின் அந்த சுதந்திரம் இருந்தால் என்ன, செத்தால் என்ன? குடியாட்சியின் அடிப்படையே ஆட்டம் காணாதா?

பாலினத்தை ஒரு தகுதியாக வைக்க எந்த ஒரு மாகாணமாவது முயன்று கொண்டிருந்தால், உடனே தன் முடிவை மாற்றிக் கொள்ளட்டும். இது தன் சரிபாதி தேசத்தை அரிவாள் கொண்டு அறுத்து எரிய முற்படும் முட்டாச்செயல். இந்த மண்ணின் அரசியல் நாமெல்லோருக்கும் ஒரே நியதிதான் வழங்கியிருக்கிறது. சட்டத் திருத்தத்தினாலோ, புதியதொரு சட்டத்தினாலோ பெண்களுக்கு வாக்குரிமை மறுக்கப்படுமேயானால், அமெரிக்கா உதிர்ந்துப் போய்விடும்!

பெண் சமூகத்திலிருந்து, நான் அளித்த ஒற்றை வாக்கையும் செல்லாது என கிழித்து விட்டீர்கள். பின் யார் அளித்த அதிகாரத்தால், எங்களை ஆண்டு வருகிறீர்கள்? பெண்களுக்கு இது ஜனநாயக நாடு அல்ல; குடியாட்சி தேசம் அல்ல. பிரபுக்களால் ஆளப்படும் சர்வாதிகார அரசு; பாலினத்தால் பிளவுபடுத்தும் சுயநலக்கார அரசு; வலிமை பொருந்திய ஆண்கள், பலம் குன்றிய பெண்களை அடக்கி ஆளும் ஆணவ அரசு! உலக வரலாற்றிலேயே ஜனநாயகப் போர்வையில் பிரபுக்கள் ஆளும் மிகக் கொடுங்கோன்மையான தேசம் இதுதான்.

தந்தைமார்களும் கணவன்மார்களும் தன் சொந்த மகள்களையும் மனைவிகளையும் ஆளும் அழுக்குப்பிடித்த தேசம், இந்த அமெரிக்கா.

ஆண்கள் இறையாண்மைக்கு உட்பட்டவர்கள் என்றும் பெண்கள் அற்பப் பண்டத்திற்கு ஈடானவர்கள் என்னும் உங்கள் அலட்சியப் போக்கால், நாட்டின் ஒவ்வொரு வீட்டிலும் கருத்து வேறுபாட்டைக் கண்ணிவெடியாகப் புதைத்து, அமைதியைச் சீர்குலைக்கின்றீர்கள். ஒவ்வொரு வீட்டிலும் முரண்பாடு, ஒவ்வொரு வீட்டிலும் கிளர்ச்சி.

வெப்ஸ்டர், வொர்செஸ்டர், பூவியர் முதலாக எல்லோரும் சொல்வது ஒன்றுதான். "அமெரிக்காவில் வாக்குச் செலுத்த உரிமை உள்ள மனிதன், அங்கு வசிக்கும் ஒரு சாதாரண குடிமகனாக இருத்தலே போதுமானது"

இப்போது என் கேள்வியெல்லாம் ஒன்றுதான். *"பெண்களும் மனிதர்கள் தானே?"*

நம் எதிராளிகள் யாரும் இதை இல்லை எனக் கூறி மறுக்க முடியாது. நாங்கள் வெறும் மனிதர்கள் அல்ல, அமெரிக்க குடிகள். எங்கள் வாக்குகளை வழிமறிக்க, எந்த மாகாணத்திற்கும் அதிகாரமில்லை. சட்டமியற்றவோ பழைய சட்டங்களை தூசித்தட்டி நிறைவேற்றவோ, என்ன நினைத்தாலும் இனி எடுபடாது. சில நாட்களுக்கு முன் கறுப்பின மக்களுக்கு நிகழ்ந்ததுபோல, பெண்களுக்கு எதிரான அனைத்துச் சட்டங்களும் இன்றோடு நீர்த்துப் போய்விடும்!

6

இந்தியா தன் கொடியை ஏற்கிறது

ஜவஹர்லால் நேரு

"ஒரு கொடி ஒரு இலட்சியத்தைக் குறிக்கிறது. எல்லா நாடுகளுக்கும் ஒரு கொடி அவசியம். அதற்காக இலட்-சக்கணக்கான மக்கள் இறந்துள்ளனர். இது ஒரு விதமான சிலை வழிபாடுதான் என்று காந்தி சொன்னது நேருவுக்கும் கேட்டிருக்கும். 1947-ம் ஆண்டு ஜூலை மாதம் 22-ம் தேதி ஒரு வரலாற்று நிகழ்வை வரைந்து வைத்திருந்தார் நேரு.

வயிற்றில் இருக்கும் குழந்தைக்குப் பிறக்கும் முன்னரே பெயர் சூட்டுவதைப் போல, இன்னும் 24 நாட்களில் விடு-தலை அடைய காத்திருக்கும் தேசத்திற்கு பூச்சூட்டி கொடி ஏற்கும் கூட்டம் டெல்லியில் கூடியிருந்தது.

சரியாக 6412 நாட்களுக்கு முன்பு லாகூரில் உள்ள ராவி நதிக்கரையில் அவர் ஏற்றிய அதே கொடியின் மாதிரியைத்தான் சிறு மாறுதலோடு கொண்டுவந்திருத்தார்,

நேரு. இந்தியாவிற்கு கொடியின் தேவை என்ன எனத் தொடங்கி கொடியின் மேன்மை சொல்லி அவர் முடிக்க கரவோசங்கள் எழுந்தன.

அழுக்குப் படிந்த ஆடையை உருவி தேசியக் கொடி என்னும் பட்டாடையைத் தேசம் முழுக்க பரப்பி விட்ட நேருவின் பேச்சு இதோ.."

இந்தத் தீர்மானத்தை நான் முன்மொழிவதற்கு முன்பு உங்களிடம் ஒன்றைப் பகிர்ந்து கொள்ள வேண்டும். இந்தச் சபையின் முன்னதாக, நான் பெரிதும் மதிக்கும் இந்தப் பாரதத் நாட்டின் சுதந்திரக் கொடியை, இன்னும் சில நொடிகளில் இந்தத் தேசம் ஏற்க இருக்கிறது. அந்தப் பொழுதில் இதைத் தெரிந்துகொள்ளுங்கள். இந்தத் தேசத்தின் நெடிய வரலாற்றில், நம் கொடிக்கும் ஒரு குறுகியக் காலக் கதை இருக்கிறது.

குறுகிய காலம் தானா? ஆஹ்ம்! அதனாலென்ன? சில நேரங்களில் கண நேரப் பொழுதில்தான், நூற்றாண்டுகாலப் பயணங்களை நாம் கடந்து வந்திருக்கிறோம். அந்தக் குறுகிய வேளையில் நாம் வெற்று-டலாக வெறுமனே வாழ்ந்து வந்தோமா, இல்லை வெந்துத் தணிந்து போராடி காலம் கழித்தோமா என்பதில்தான் அது நூற்றாண்டு பயணமா இல்லை நூலறுந்த பயணமா என முடிவுசெய்யப்படுகிறது.

அவ்வகையில் நம் பாரதக் கொடியின் குறுகிய கால வரலாறு, சதா உயிர்ப்புள்ள தேசத்தின் சாதாரணக் கதை அல்ல; குறுதி ஒழுகும் காலத்திலும் கூட புரட்சி மங்காத தேசத்தின் ஓர் அசாத்திய அடையாளம்.

கால் நூற்றாண்டு காலமாக நம் மக்கள் மிக விழிப்புடன் செயல்பட்டு வருகிறார்கள். என்னால் துணிந்து சொல்ல முடியும், அவர்களின் ஒட்டுமொத்த வெளிப்பாடும் ஒன்றிரண்டு வருட களப்பணியில் கிட்டியது அல்ல. நம்மால் நினைத்தும் பார்க்க முடியாத யுகாந்திர பந்தத்தால் இந்தத் தேசம் நம்மை பிணைத்து வைத்த பலனால் கிட்டியது!

இந்தச் சபையினர் எல்லோரும் அறிந்தது போல, பல காரணிகளால் நம் வெற்றி சிதைக்கப்பட்டதை நானும் அறிவேன். சில மாதங்களாக நம்மை வாட்டியெடுக்கும் பல செய்திகள் காதைத் துளைத்தபடி இருக்கின்றன. நம் பெருமதிப்புக்குரிய பாரதத் தாயின் ஒரு பாதி நம்மைவிட்டுப் பிரிந்து செல்கிறது. இதை நம்மால் மறக்க முடியாது. உலுக்கிப் போட்ட பல இன்னல்கள் இன்னுமிருந்தாலும் மீண்டுமதை சபையில் சொல்ல நான் விரும்பவில்லை.

சொல்லமுடியாத சோகமெல்லாம் ஒற்றைத் துரும்பாகி நாம் காலடியில் துருத்திக் கொண்டே இருக்கிறது. நாம் வெற்றிப் பெற்றாலும், இந்தத் தேசம் பெருமகிழ்வு கொண்டாலும் இந்தச் சோகமெல்லாம் நம்மை துரத்திக் கொண்டே இருக்கும்.

நாம் பேசிக் கொண்டிருக்கும் இந்த நொடியில் கூட பல பூதாகரமான சிக்கல்கள் நம் தேசத்தை அச்சுறுத்தி வருகின்றன. நம் எதிர்காலம் இன்னும் கேள்விக்குறியாக இருக்கிறது. இருந்தாலும், மிக்க களிப்புடன் நாம் கொண்டாட வேண்டிய தருணம் இது; நூற்றாண்டுகளாக நாம் ஏங்கித் தவித்த தருணம் இது; நம் புரட்சிகளுக்கு முற்றுப் புள்ளி வைக்கும் தருணம் இது!

இந்தக் கொடியை உங்களுக்கு அறிமுகப்படுத்துகிறேன். நீங்கள் எல்லோரும் விரும்பி ஏற்கும் கொடியை, இந்தத் தீர்மானம் உங்களுக்கு நிச்சயம் வரையறுக்கும். ஒரு விதத்தில் இந்தக் கொடியை நாம் சாதாரணத் தீர்மானத்தால் ஏற்றுக் கொள்ளப் போவதில்லை; மக்களின் பாராட்டுகளால், ஏகோபித்த வரவேற்புகளால், சில தசாப்தங்களாக இது ஈந்துத் தந்த தியாகங்களால் என்றைக்கோ இக்கொடியை நாம் ஏற்றுக்கொண்டு விட்டோம்!

நாம் செய்ய வேண்டியதெல்லாம், இதை மக்களுக்கு கொண்டுசேர்ப்பதே!

இந்தக் கொடியை பலரும் பலவாறாக வர்ணிக்கிறார்கள். இதன் சிறப்பம்சத்தை உணர மறுக்கும் சிலரோ, நிறச் சாயத்தை பார்த்து இதன் மேல் மதச் சாயம் பூசுகிறார்கள்! மிகத் தெளிவாக சொல்கிறேன், இந்தக் கொடியின் முதன்மை உருவத்தை வடித்த நாள்முதல் எங்களுக்கு எந்தவித மத அபிப்பிராயங்களும் இருந்ததில்லை.

நான், இந்தக் கொடியைப் பற்றி சில வார்த்தைகள் சொல்லவா? நாம் நெடுநாட்களாக பயன்படுத்தி வந்த கொடியிலிருந்து ஒரு சிறிய மாறுதலை இதில் உட்படுத்தியிருக்கிறோம். மேலே அடர் குங்குமப்பூவின் நிறம்; கீழ்ப்பகுதியில் அடர்பச்சை; நடுவில் வெள்ளை என்று நிறமெல்லாம் ஒன்றுதான். ஒரு சாதாரண இந்தியனை அடையாளப்படுத்திய; இந்தியப் பெருந்திரளை அடையாளப்படுத்திய; இந்தியரின் தொழில்நுட்பத்தை அடையாளப்படுத்திய அந்தக் கை ராட்டை - நம் காந்திபிதாவால் புத்துயிர் பெற்ற அந்தக் கைராட்டை - வெள்ளைப் பட்டையின் நடுவே இருந்தது. அந்தக் கைராட்டை சக்கரத்தைதான் சிறிது நாம் மாற்றியுள்ளோம். கொடியின் ஒருபக்க உருவம், அப்படியே மறுபக்கம் தெரிய வேண்டும். இதுவே மாற்றத்திற்கான காரணமே ஒழிய வேறெதுவுமல்ல.

நாம் மாற்றியிராவிட்டால் கொடியின் ஒருபக்கப் பார்வையில் கைராட்டையும் சக்கரமும் ஒருவாறு தெரிவது, மறுபக்க பார்வையில் அப்படியே தலைகீழாகத் தெரியும். இது கொடி விதிகளுக்கு முரணாகிவிடும். சக்கரங்கள் துருவம் நோக்கி இருக்க வேண்டுமே ஒழிய துருவத்தில் இருக்கக் கூடாது.

மணிக்கணக்கான ஆலோசனைக்குப் பிறகு ஒரு முடிவுக்கு வந்தோம். இந்த மாபெரும் அடையாளம் நிச்சயம் மறைக்கப்பட்டுவிடக் கூடாது; ஆனால் அதே சமயம் விதிமீறலும் கூடாது! எனவே சக்கரத்தை அப்படியே வைத்துக்கொண்டு, கைராட்டையை மட்டும் எடுத்துவிட சம்மதித்தோம்.

நூற்றுக்கணக்கான வரலாற்றுப் பக்கங்களை, இந்தச் செயல் மீண்டுமொருமுறை புரட்டிப் பார்க்க வைத்து. வரலாற்றில் பல சக்கரங்களை நாம் கடந்து வந்தபோதும், நம்மை மிக ஆழமாக ஒன்று பாதித்திருக்கிறது. நாம் எல்லோரும் அதை பார்த்திருக்கிறோம். பல இடங்களில் ரசித்-

திருக்கிறோம். அசோகத் தூணின் உச்சியில், மிகக் கம்பீரமாகக் காட்சி-யளிக்கும் கி.மு. 3'ம் நூற்றாண்டு சக்கரமே அது!

அந்த ஒற்றைச் சக்கரம்தான் பண்டைய இந்திய வரலாற்றின் ஒட்-டுமொத்த பண்பாட்டு அடையாளம்; இந்தியாவின் இத்தனையாண்டு போராட்டாங்களின் அடையாளம். அதனால் அந்தச் சக்கரத்தின் வரலாற்று ஒளியில் கைராட்டையின் சக்கரம் பதிந்துபட வேண்டுமென நாங்கள் விரும்பினோம்.

> *"மிகுந்த பெருமையுடன் நான் உங்களுக்கு அறிமுகப்படுத்-தும் இந்தக் கொடி ஒரு பேரரசின் அடையாளம் அல்ல; ஒரு ஏகாதிபத்தியத்தின் அடையாளம் அல்ல; இருள்படிந்த அடிமைத்தனத்தின் அடையாளம் அல்ல; மாறாக கட்ட-விழ்த்து விடுதலைப் பெற்ற ஒரு தேசத்தின் வெற்று அடை-யாளமும் அல்ல, தன்னைப் பார்ப்பவர்க்கெல்லாம் விடுதலை உணர்வூட்டி அக்கினிப் பிரவேசிக்க விடுதலை கொப்பளிக்-கும் அடையாளம், இந்தக் கொடி."*

ஜெய் ஹிந்த்!

7

தம்மபதமே உலகின் இரட்சகனாகத் திகழும்!

டாக்டர் பி.ஆர். அம்பேத்கர்

"அக்டோபர் 12, 1956. வழிந்து கொண்டிருக்கும் நெரிசலுக்கு மத்தியில் பிதுங்கியபடி ஒரு இரயில் பம்பாய் நகரிற்குள் நுழைந்தது. இன்றைக்கு நாகபுரி செல்லும் இருபதாவது இரயில் இது.

பல சிறப்பு ஏற்பாடுகளை இரயில்வே நிர்வாகம் முன்னரே செய்திருந்தாலும், நாகபுரிக்குச் செல்லும் நெரிசல் மட்டும் குறைந்தபாடில்லை. திருவிழாக் கூட்டம் போல் படையெடுத்துச் சென்றனர் பட்டியலின மக்கள்.

ஏன் இந்த திடீர் விநோதம்? என்ன ஆனது நாகபுரிக்கு? இன்னும் ஓரிரு நாட்களில் அந்த நகரம் அடையவிருக்கும் வரலாற்றுச் சிறப்பு அப்படி!

நாகபுரி வந்து சேர்ந்த இலட்சக்கணக்கான மக்கள் தங்குவதற்கும், பள்ளி அறைகள் ஏற்பாடு செய்யப்பட்டன; நிகழ்வு நடைபெற இருக்கும் திறந்த வெளி மைதானத்தில் மூங்கில் விரிப்புகள் வீசப்பட்டிருந்தன. இந்த 3000 மின்சார விளக்குகளுக்கு மத்தியில்தான் ஆண்டாண்டுகளாக இருள்பூசிய ஒரு இனம், ஒற்றை ஆளை நம்பி ஒளி வீசக் காத்திருந்தது.

அக்டோபர் 14-ம் தேதி காலை மதமாற்ற நிகழ்ச்சி நடைப்பெற்று முடிந்தபோது, சுமார் 6 இலட்சம் மக்கள் இந்து மதத்திலிருந்து வெளியேறி பௌத்த மதத்தைத் தழுவினர். இந்துமத வரலாற்றில் அழிக்கமுடியாத கரும்புள்ளி அது.

ஆனால் வரலாறு அத்தோடு நின்றுவிடவில்லை. அடுத்த நாள் காலை வரை கண்ணியமாகக் காத்திருந்தது.

'பாபாசாகேப்.. பாபாசாகேப்..' என்று பெருந்திரள் கோசத்திற்கு மத்தியில் மௌனம் பூத்த முகத்தோடு அம்பேத்கர் வந்தார். இந்து மதத்தின் இடியாப்ப சிக்கலை, அடியோடு பெயர்த்து எறிந்த அத்தனை வெற்றியும் அவர் கண்ணில் தெரிந்தது.

தன்மேல் வீசப்பட்ட அம்புகளை எல்லாம் மிக இலாவகமாகப் பிடுங்கி, பதில் தாக்குதல் செய்ய ஆயுத்தமானார்.

இந்து மதத்தின் கொடுமைகளையும்; பௌத்த மதத்தின் பெருமைகளையும்; பட்டியலின மக்களின் கடமைகளையும் மடமடவென அவர் பேசியது வெறும் 3 மணிநேர சொற்பொழிவல்ல, மூவாயிரம் ஆண்டுகால அடிமை வரலாறு.

பிற்போக்குத் தனங்களை பிரம்பால் விரட்டிய, டாக்டர். பி. ஆர். அம்பேத்கரின் பிரம்மாண்ட பேச்சு இதோ.. ''

என் அழைப்பை ஏற்று வந்த பௌத்த சகோதரர்களே, நண்பர்களே வணக்கம்!

இந்த மாபெரும் மதமாற்ற சடங்கை நாம் ஏன் நாகபுரியில் நடத்தினோம் என்ற மிக முக்கியமான குழப்பம் பலருக்கும் தோன்றலாம். என்னைப் பொறுத்தவரை இன்றைய சொற்பொழிவை நேற்றும்; நேற்றைய தினச் சடங்குகளை இன்றும் நடத்தியிருக்க வேண்டும். இந்தக் கணமான கடமைகளை நாம் ஏன் தலைமேல் சுமத்திக்கொண்டோம்; இதனால் என்ன சாதித்துவிடப் போகிறோம் என்பதை மிக நிச்சயமாகக் நீங்கள் தெரிந்துகொள்ள வேண்டும். இதை அறிந்து கொள்வதில்தான், இன்றையப் பொழுதின் அத்தனை உழைப்பும் அடங்கியிருக்கிறது. இந்தச் சடங்கு, இதன் தேவை, இவை பற்றியெல்லாம் உங்களுக்கு முன்னரே நான் தெளிவுபடுத்தியிருக்க வேண்டும். ஆனால் என்ன செய்ய? நாட்கள் ஓடுவதைத் தவிர, எல்லாம் நிச்சயமற்றுதான் இருந்தன.

"மதமாற்றம் செய்ய நீங்கள் ஏன் நாகபுரியை தேர்ந்தெடுத்தீர்கள்? வேறெந்த ஊரையும் தேர்ந்தெடுக்காமல் போக என்ன காரணம்?" என்று

என்னிடம் பலர் கேட்கிறார்கள். "ஆர்.எஸ்.எஸ்'ன் திடகாத்திரமான மக்கட்பலம் நாகபுரியில் இருப்பதால், அதைத் திக்குமுக்காடச் செய்யவே இந்நிகழ்ச்சி இங்கு நடக்கிறது" என மேலும் சிலர் வாதிடுகின்றனர். ஆனால் உண்மை அதுவல்ல. இந்த ஒரு பிறப்பே போதாதபடி நம்முன் பிரம்மாண்ட கனவுகள் இருக்கும்பொழுது, வெறுமனே மூக்கைச் சொரிந்தபடி இவர்களை உசுப்பேத்த நமக்கு நேரமில்லை.

நாகபுரியை தேர்ந்தெடுக்க வேறொரு காரணம் இருந்தது. இந்தியாவில் பௌத்த மதத்தை பரப்பிய பெரும் பெருமை உடைய நாகர்களை, பௌத்த வரலாறு படித்த ஒருசிலரே அறிவர். ஆரியர்களை எதிர்த்த புரட்சிகரமான வரலாறு இவர்களுக்கு உண்டு. ஆரியருக்கும் - ஆரியர் அல்லாதோருக்கும் நடைப்பெற்ற எண்ணிலடங்காத போர்கள் புராணம் முழுக்க சிதறிக்கிடக்கிறது. அப்படிப்பட்ட நாகர்களை உயிரோடு எரித்த ஆரியர் பற்றிய செய்திகள் நிறையவே உள்ளன. அகஸ்திய முனிவரால் கூட ஒரே ஒரு நாகரைத்தான் காப்பாற்ற முடிந்ததாம். அந்த நாகரின் வழிவந்தவர்கள் நாம். ஆண்டாண்டுகளாக நசுக்கப்பட்ட நாகர்களுக்கு, தன்னை உயர்த்த ஒரு ஏணி தேவைப்பட்டபோது, இந்தப் புண்ணிய பூமியில் அவதரித்தவர்தான் மகான் கௌதம புத்தர். மானசீகமாக புத்தரை ஏற்றுக்கொண்ட இவர்கள், அவரின் தம்மபதத்தை இந்தியா முழுக்கக் கொண்டு சேர்த்தனர். அப்பெருமைக்குரிய நாகர்கள், நாம் கூடியிருக்கின்ற இந்த நாகபுரியின் சுற்றுவட்டாரத்தில்தான் வாழ்க்கை நடந்திவந்தனர். அதனாலேயே இந்நகரமும் 'நாக-புரி' என்று அழைக்கப்படுகிறது. இங்கிருந்து 27 மைல் தூரத்தில் நாகர்ஜூனா மலை இருக்கிறது; அதனருகில் நாக-நதி ஓடுகிறது. சந்தேகமேயில்லை, நாகக் குடியிருப்பின் காரணத்தால்தான் இவை இப்பெயர் பெற்றன. இதுதான் நாகபுரியைத் தேர்ந்தெடுக்க எனக்கு மூலக்காரணமாய் இருந்ததே ஒழிய யாரையும் புண்படுத்துவது என் நோக்கமல்ல. உண்மையில் ஆர்.எஸ்.எஸ். பற்றிய நினைப்புக் கூட எனக்குத் தோன்றவில்லை.

இப்படியொருக் கூட்டத்தை நான் ஏற்பாடு செய்கிறேன் என்று தெரிந்ததும் பல நாளிதழ்கள் என்னை வசமாக விமர்சிக்கத் தொடங்கின. சில விமர்சனங்கள் மிகக் கடுமையானவை. அவர்கள் சொல்கிறார்கள், "தீண்டத்தகாத என் பாமர மக்களை, நான் தவறாக வழிநடத்துகிறேனாம்." இன்னும் சிலர், "தீண்டத்தகாத நீங்கள், என்ன செய்தாலும் தீண்டத்தகாதவர்கள்தான். தேவையில்லாமல் மதம் மாறி, நீங்கள் அனு-

பவிக்கும் சலுகைகளை இழந்துவிடாதீர்கள்" என்று ஏய்க்கப் பார்க்கிறார்கள். பட்டறிவில்லாத நம் பாமரர்களை மீண்டும் பழைய புராணத்தையே பின்பற்றச் சொல்கிறார்கள். இந்த நயவஞ்சகப் பேச்சு நம்மின் வயது முதிர்ந்தோரையும், இளையோரையும் ஓரளவு வசீகரித்து விடும். எப்படியோ, நம் மக்களிடம் சந்தேகத் தீ கொழுந்துவிடத தொடங்கியிருக்கிறது. அறிவைக் கொடுத்து அறியாமை போக்கும் கடமை என்மேல் விழுந்துள்ளது. எரிந்து கொண்டிருக்கும் நம் மனதை அதுவே சாந்தப்படுத்தும், அதுவே சாந்திப்படுத்தும்!

மாமிசம் உண்பதைத் தவிர்க்க, நாம் ஓர் இயக்கத்தைக் கடந்தகாலத்தில் நடத்திவந்தோம். தீண்டத்தகாதவர்கள் தன்மேல் விழுந்த இடியாக அதைக் கருதினார்கள். உயிரோடு இருக்கும் ஒரு எருமை மாட்டின் உடம்பிலிருந்து வேண்டியமட்டும் அவர்கள் பாலை உறிந்து கொள்வார்களாம்; ஆனால் செத்துப்போன பின் அதன் பிணத்தை நாம் இடுப்பில் கட்டி அலையவேண்டுமாம்! என்ன ஒரு முட்டாள்தனமான பழக்கமிது, சொல்லுங்கள்.

நான் கேட்கிறேன், "இறந்த போன விலங்குகளைத் தூக்க அனுமதிக்கும் அவர்கள், இறந்தபோன தம் தாயாரை நாம் தூக்குவதற்கு மட்டும் ஏன் அனுமதி தர மறுக்கிறார்கள்?" சவத்தைத் தீண்டுவதற்கு கூட நமக்கு உரிமையில்லையா?

ஒருமுறை 'கேசரி' இதழில் ஒரு கட்டுரை வந்தது. குறிப்பிட்ட கிராமத்தில் ஆண்டொன்றுக்கு 50 கால்நடைகள் இறந்துபோகின்றன. அதன் தோல், கொம்பு, எலும்பு, மாமிசம், வால் பகுதிகளை விற்றால் சுமார் 500 ரூ. பெறும். தன் தேவையில்லாத கொள்கைகளால் இந்தத் தீண்டத்தகாதவர்கள் ஆண்டொன்றுக்கு 500ரூபாயை இழக்கிறார்கள் என துக்கக் கண்ணீர் விட்டு அந்தக் 'கேசரி' இதழின் அபிமானி எழுதியிருந்தார். இம்மாதிரியான போலிப் பிரச்சாரத்திற்கு பதில் சொல்ல வேண்டி என்ன கடமை இருக்கிறது? ஆனால் நம் மக்கள், "இந்தப் பிரச்சாரத்திற்கு எல்லாம் ஏன் நம் சாகிப் பதில் சொல்ல மறுக்கிறார்கள்?" என ஏங்குகிறீர்கள்.

ஒருமுறை சங்கநேரியில் ஒரு கூட்டத்திற்கு சென்றிருந்தேன். இரவு விருந்தும் அங்கு ஏற்பாடு செய்திருந்தனர். அப்போது அங்குவந்த கேசரி இதழின் நிருபர் ஒருவர் தன் கேள்வியை காகிதத்தில் எழுதிக் கொடுத்தனுப்பினார். "உங்கள் மக்களிடம் இறந்த விலங்குகளை சுமக்க வேண்-

டாம் எனச் சொல்லி வருகிறீர்கள். உண்மையில் அவர்கள் எத்தனை வறுமையில் வாழ்கிறார்கள் தெரியுமா? பெண்களுக்கு சேலையும் ரவிக்-கையும் உடுத்தக் கூட வசதியில்லை. அவர்களிடம் சொந்தமாக நிலமும் இல்லை, உண்ண உணவும் இல்லை. பாவப்பட்ட வாழ்க்கை வாழும் அவர்கள், செத்த விலங்குகளை சுமந்து ஆண்டொன்றுக்கு 500 ரூபாய் சம்பாதித்து வந்தார்கள். ஆனால், உங்களின் தலையீட்டால் அதையும் இழந்துவிட்டார்கள். ஏன் இப்படிச் செய்தீர்கள், சாகிப்?"

நான் கேட்டேன், "இதற்கு எங்கு பதிலளிக்க வேண்டும்? இந்த வளாகத்திலேயே சொல்லிவிடவா, இல்லை கூட்டம் கூட்டிச் சொல்-லவா?"

எனக்கு மக்களிடம் சொல்வதே சரியெனப்பட்டது.

"இந்தக் கேள்வி மட்டும்தானா, இல்லை வேறேதும் இருக்கிறதா?" என்றேன்.

"இல்லை..ல்லை. இது மட்டுந்தான்" என்றார்.

சரி. "உங்கள் குடும்பத்தில் எத்தனைப் பேர், உங்களுக்கு எத்தனைக் குழந்தைகள்?"

"எனக்கு ஐந்து குழந்தைகள். என் சகோதரருக்கு ஒரு ஆறு - ஏழு குழந்தைகள்"

ஓ! அப்போ உங்கள் குடும்பம் மிகப் பெரியது. ஒன்று செய்யுங்கள், செத்துப் போன விலங்குகளை சுமந்து கொண்டுபோய் அதன் கொம்பு, எலும்பு, மாமிசத்தை விற்று 500 ரூபாய் சம்பாதித்து உங்கள் குடும்-பத்தை கரைசேர்க்கும் வழியைப் பாருங்கள். என் மக்களின் நலனைக் கவனிக்க, என்ன செய்யவேண்டும் என எனக்குத் தெரியும். அதை நாங்கள் பார்த்துக் கொள்வோம். நாங்கள் சுமந்தால் எங்களுக்கு இலாபம் என்றால், நீங்கள் சுமந்தால் உங்களுக்கும் இலாபம் தானே? போய் செத்-தச் சவங்களை தூக்கித் திரியுங்கள்!

நேற்று ஒரு பிராமணச் சிறுவன் என்னிடம் வந்து கேட்டான், "நாடாளுமன்றத்திலும் சட்டசபையிலும் உங்களுக்குத் தனி இடங்கள் ஒதுக்கப்பட்டிருக்கிறதே, அதை ஏன் வேண்டாமென மறுக்கிறீர்கள்?" நான் சொன்னேன், "நீங்களே ஒரு மகராகி அந்த இடங்களை நிரப்-புகிறீர்கள். பணித்துறையில் உள்ள இடங்களும் இவ்வாறே நிரப்பப்பட்டு வருகின்றன. இந்த இடங்களுக்கு எத்தனை எத்தனையோ பிராமணர்-களும் ஏனையோர்களும் விண்ணப்பித்து வருகிறார்கள். பணித்துறைக-

ளில் நடப்பது போல, பிராமணராகிய நீங்களே ஏன் ஒரு மகராகி இந்த இடங்களையும் நிரப்பக்கூடாது?"

என் கேள்வியெல்லாம் ஒன்றுதான். "எங்களின் இழப்புக்காக நீங்கள் ஏன் கண்ணீர் சிந்துகிறீர்கள்?" எங்களுக்கு மிக நெருக்கமான தேவை சுய-மரியாதையே தவிர பொருளாதார ஆதாயமல்ல. ஒழுக்கமுடைய ஒரு பெண்ணுக்குத்தான் ஒழுக்கக்கேட்டின் சாபம் என்னவென்று தெரி-யும்.

நமது பம்பாய் மாகாணத்தில் விலைமாதர்களுக்கு என்றொரு தனி நகரம் இருக்கிறது. அவர்கள் 8' மணிக்கு எழுந்து அருகிலிருக்கும் ஹோட்டலில் காலை உணவை ஆர்டர் செய்கிறார்கள். "ஓ சுலைமான், ஒரு தட்டுக் கொத்துக்கறியும் ரொட்டியும் கொண்டுவா" என பணிக்-கிறார்கள். சுலைமான் கொத்துக்கறியோடு தேநீரும், கேக்கும் கொண்-டுவந்து தருகிறார். ஆனால் என் தாழ்த்தப்பட்ட சகோதரிகளுக்கு சாதாரண ரொட்டியும் சட்டினியும் கூட கிடைப்பதில்லை. அப்படியிருந்-தும் அவர்கள் தன் சுயமரியாதையையோ தன்மானத்தையோ ஒருபோதும் விட்டுக்கொடுத்ததில்லை.

நாம் கௌரவத்திற்கும் சுய-மரியாதைக்கும் போராடிக் கொண்டிருக்-கிறோம். இந்தப் பயணத்தில் வெற்றியடைய நாம் எதை வேண்டுமானா-லும் துறப்பதற்குத் தயார். கடந்த 40 ஆண்டுகளாக இந்தப் பத்திரி-கையாளர்கள் என்னை ஒரு பாடு படுத்தியிருக்கிறார்கள். தயவுசெய்து இனியாவது இந்தக் குழந்தைத் தனத்தை விட்டொழித்து, மனிதத் தன்-மையுடன் நடந்துக் கொள்ளுங்கள்!

பௌத்த மதத்திற்கு மாறினாலும் என்னால் எப்போதும் அரசியல் உரிமைகள் பெற முடியும். ஒருவேளை நான் இறந்துவிட்டால் என்ன நடக்கும் என உறுதிபடக் கூற முடியாது. அதற்கு முன்பே இந்த இயக்-கம் நம்மிடம் அயராத உழைப்பை எதிர்பார்க்கிறது. நாம் பௌத்தத்தை தழுவுவதால் என்னென்ன சிக்கல் வரும், அதை எப்படி கையாளுவது, என்னென்ன வாதங்களை முன்வைக்க வேண்டும் என எல்லாம் கரைத்-துக் குடித்து விட்டேன். அவர்களின் எல்லா கேள்விக்கும் என் சட்-டைப்பையில் பதில் இருக்கிறது. நான் பெற்ற இந்த உரிமைகள் என் மக்களுக்கானது. இதைப் பெற்ற என் மக்களும் நிச்சயம் பாதுகாக்கவே செய்வர். இந்த உரிமைகளைப் போராடி பெற்றவனாக நான் இருந்தால், அவற்றை மீண்டும் பெறும் நம்பிக்கை எனக்கு உண்டு. இனியாவது

என்னை முழுவதுமாக நம்புங்கள். எதிர்ப் பிரசாரத்தில் கடுகளவும் உண்மையில்லை.

ஒரு விஷயத்தால் நான் வியப்படைகிறேன். மூலைமுடுக்கெல்லாம் இந்த மதமாற்றம் குறித்து விவாதங்கள் நடக்கின்றன. ஆனால், நான் ஏன் பௌத்தத்தை தழுவினேன்; வேறெந்த மதத்தையும் நாடாமல் பௌத்தம் நோக்கி செல்ல என்ன காரணம் என ஒருவரும் கேட்கவில்லை! எந்த ஒரு மதமாற்ற இயக்கத்திலும் இந்த ஒரு கேள்வியே மிக முக்கியமானது. மதம் மாறும்போது எந்த மதத்திற்கு மாறுகிறோம்; ஏன் மாறுகிறோம் என்பதை மிகத் தீவிரமாக யோசிக்க வேண்டும்.

1935-ல் இயோலில் ஏற்ற தீர்மானத்தைத் தொடர்ந்து, இந்து மதத்தை துறக்கும் ஓர் இயக்கத்தை நாங்கள் தொடங்கினோம். நீண்ட நாட்களுக்கு முன்பே, "*நான் ஒரு இந்துவாகப் பிறந்தாலும், இந்துவாகச் சாக மாட்டேன்*" என உறுதியெடுத்தேன். அதை நேற்று நிரூபிக்கவும் செய்தேன். எத்தனைப் பெரும் மகிழ்ச்சி அடைகிறேன் தெரியுமா, வானுக்கும் பூமிக்கும் குதிப்பதாக உணர்கிறேன். நரகத்தில் இருந்து விடுபட்டுவிட்டேன்!

கண்ணை மூடிக்கொண்டு என்னைப் பின்பற்றுபவர்களை நான் விரும்பவில்லை. பௌத்த மதத்தை தழுவ விரும்பினால், அதை முற்றிலுமாக உணர்ந்து முழுமனதோடு ஏற்றுக் கொள்ளுங்கள்.

மனித குலத்தின் வளர்ச்சிக்கு மதம் இன்றியமையாதது. கார்ல் மார்க்ஸை படித்த பின்பு ஒரு சாரார் தோன்றினர். அவர்களைப் பொறுத்தவரை மதம் ஒரு தேவையில்லாத வஸ்து. அதை மதிக்க வேண்டிய அவசியம் இல்லை எனக் கருதினார்கள். காலையில் எழுந்ததும் ரொட்டி, வெண்ணெய், கோழி இறைச்சி என சகலமும் உண்பார்கள். மதியம் நெருங்கியதும் வயிறார உண்டுவிட்டு, குறட்டை விட்டுத் தூங்குவார்கள். எழுந்ததும் சினிமா, பின் மறுபடியும் முதலிருந்து. இதுதான் அவர்களின் வாழ்க்கை. இதை நான் ஏற்க மறுக்கிறேன். என் தந்தை பரம ஏழை. என்னால் கனவிலும் அவற்றை அடைய முடியாது. என்னைப் போல் கொடுமைகளை சுமந்துகொண்டு, யாரும் தன் வாழ்க்கையை வாழ்ந்திருக்க மாட்டார்கள். சுகபோகங்கள் இல்லாத வாழ்க்கையின் வழி என் போன்றவர்களுக்குத் தான் தெரியும். பொருளாதார மேம்பாட்டிற்கான இந்த இயக்கத்தின் தேவையை நான் அறிகிறேன். மனிதன் பொருளாதாரத்திலும் உயர்வடைய வேண்டும்தான். நான் இந்த மார்க்-

சிய இயக்கத்திற்கு எதிரானவன் அல்ல.

ஆனால் சிறு மாறுபாட்டை அதில் காண்கிறேன்.

எருமைக்கும் காளைக்கும் மனிதனுக்கும் ஒரு வித்தியாசம் இருக்கிறது. எருதுக்கும் காளைக்கும் தீவனம் தேவை. மனிதனுக்குக் கூட உணவு தேவை. ஆனால் முன் இரண்டுக்கு மனம் இல்லை. மனிதனுக்கோ திடகாத்திரமான உடலோடு பலவீனமான மனதும் இருக்கிறது. எனவே இவ்விரண்டைப் பற்றியும் நாம் அக்கறைக் கொள்ள வேண்டும். மனதைப் பக்குவப்படுத்தி வளர்த்தெடுக்க வேண்டும். உணவைத் தவிர பண்படுத்தப்பட்ட மனமெல்லாம் மனிதனுக்குத் தேவையில்லை என்று வாதிடும் எந்த ஒரு நாட்டாரிடமும் உறவு வைத்துக்கொள்ளும் ஆசை எனக்கு அறவே இல்லை. ஏனைய மனிதர்களோடுப் பழகி சக மனிதனாக வாழ ஆரோக்கியமான உடலோடு, ஆரோக்கியமான மனமும் அவசியம். இதுவே மனித சமுதாயத்தை மேம்படுத்தும்!

மனதளவிலோ, உடலளவிலோ மனிதன் அடிக்கடி துன்பப்பட என்ன காரணம்? ஒருவேளை அவன் உடல் பலவீனப்பட்டிருக்கலாம்; இல்லை மனம் உற்சாகமற்று இருக்கலாம். இந்த உற்சாகம் இல்லை என்றால் நாம் உயர்வடைய வழியில்லை. ஆனால் *ஆயிரமாண்டுகளாக ஏன் இந்த உற்சாகம் நம்மிடம் தோன்றவில்லை?*

முதற்காரணம். எந்தவகை சலுகைகளும் வசதிகளும் பெற்றுவிடாதபடி நம் மக்கள் உந்தப்பட்டுள்ளனர். நாளைக்கான எந்தவித நம்பிக்கையும் நம்மிடம் துளிர்வதில்லை. நம்பிக்கை இல்லாத நம்மிடம் உற்சாகம் எங்கு பிறக்கும்? நம் உழைப்பை சுரண்டுபவர்கள், நம்மால் உற்சாகம் அடைகிறார்களே ஒழிய அவர்களால் ஒருநாளும் நாம் ஆனந்தம் அடைவதில்லை.

ஒரு ஆசிரியர் கேட்கிறார். "ஏய். யார் நீ? மகர் தானே? முதல் வகுப்பில் தேர்ச்சிப் பெறுவாயா? இல்லை. தேர்ச்சிப் பெற்றுதான் என்ன செய்யப் போகிறாய்? அதெல்லாம் பிராமணக் குழந்தைக்கு உண்டான வேலை. நீ மூன்றாம் வகுப்பில் தேர்ச்சிப் பெற்றாலே போதும், போ!" இந்தச் சூழலில் அவன் எப்படி உற்சாகம் அடைவான்; அந்தக் குழந்தை எப்படி தேர்ச்சிப் பெறும்? உற்சாகம் ஊட்டும் எல்லா வித்துக்களும் நம் மனதில்தான் பொதிந்துள்ளன. எவனது உள்ளமும் உடலும் ஆரோக்கியமாக இருக்கிறதோ, எவன் தைரியசாலியாக வாழ்கிறானோ, தன் அவமதிப்பை எல்லாம் அழித்தெறிய எவன் முற்படுகிறானோ அவனே உற்சா-

கமுடையவன் ஆகிறான். அவனே மேன்மையடைகிறான்.

> *"ஒரு விசித்திரமான சிந்தாந்தம் இந்து மதத்தில் வேரூன்றியுள்ளது. அதனால் நாம் எப்போதும் உற்சாகமடைய முடியாது. ஆயிரமாண்டு காலமாக நாம் உற்சாகமடையாமல் தவிர்க்க இந்த மதம் வேலை செய்து கொண்டிருக்கிறது. வயிற்றை நிரப்பும் சாதாரண எழுத்தர் பணியைத் தவிர, விளிம்பில் தள்ளப்படும் நம்மவர்கள் வேறு என்ன செய்யமுடியும்? இந்தச் சிறிய எழுத்தர்களை வேலைவாங்க ஒரு பெரிய எழுத்தர். இதுதான் நம்மின் உட்சபட்சச் சாதனை."*

மனிதனின் உற்சாகத்திற்கு மூலக் காரணமே அவனது மனம்தான். நமது மக்களிடம் உற்சாகத்தை ஏற்படுத்த, நாங்கள் ஒரு இயக்கத்தை நிறுவி கற்பிக்கத் தொடங்கினோம். வெறும் இடுப்புத் துணியைக் கட்டிக்கொண்டுதான், நான் என் கல்வியைத் தொடங்கினேன். பள்ளியில் எனக்குத் தண்ணீர் தர மறுத்தார்கள். பள்ளி வளாகத்தில் தண்ணீர் அருந்தாமலே என் பெரும்பாலான நாட்கள் கழிந்தன. பம்பாய் எல்பின்ஸ்டன் கல்லூரியிலும் இதே நிலை தொடர்ந்தது. இது மாதிரியான சூழலில் வளரும் நம் சமூக மக்களில் ஒரு எழுத்தரை தவிர வேறு யாரை நாம் எதிர்பார்க்க முடியும்?

டில்லி நிர்வாகக் கவுன்சிலில் நான் இடம்பெற்றிருந்த போது, லின்லித்கோ பிரபுதான் வைசிராயாக இருந்தார். நான் அவரிடம், "சராசரி பட்ஜெட் தொகையை விடுத்து, முஸ்லிம் மக்களின் கல்விக்காக அலிகர் பல்கலைக்கழகத்திற்கு 3 இலட்சம் ரூபாயும் அதேபோல் பனாரஸ் ஹிந்துப் பல்கலைக்கழகத்திற்கு 3 இலட்சம் ரூபாயும் வழங்கியிருக்கிறீர்கள். இதுமாதிரி எங்களுக்கும் எதாவது செய்ய நினைத்தால், குறைந்தது 1000 மடங்காவது இதுபோல நீங்கள் நிதி ஒதுக்க வேண்டும். அவ்வளவு வேண்டாம், முஸ்லிம்கள் பெறும் நிதி அளவையாவது எங்களுக்கும் ஒதுக்குங்கள்" என்றேன். உடனே அவர், "நீங்கள் என்ன சொல்ல நினைத்தாலும், அதைக் கடிதமாக எழுதிக் கொடுங்கள்" என்றார்.

நானும் அப்படியே ஒரு அறிக்கை தயாரித்தேன். அது இன்னும் என்னிடம் உள்ளது.

ஐரோப்பியர்கள் மிகப் பரிவானவர்கள். என் கோரிக்கையை ஏற்றுக்கொண்டார்கள். ஆனால் அந்தப் பணத்தை எதற்கு செலவிடுவது. மீண்டும் குழப்பம். நமது சிறுமிகள் கல்வி கற்கவில்லை. பெண்களின் கல்விக்காகவும், உணவு தேவைக்காகவும் பணத்தை செலவு செய்ய வேண்டும். ஆனால் நமது பெண்கள் கல்வி கற்று நன்கு படித்தவர்கள் ஆகும்போது அவர்களின் உணவுத் தேவைக்கு செலவு செய்ய, என்ன வசதி இருக்கிறது நம்மிடம்? அவர்கள் கல்வி கற்பதன் இறுதி பலன்தான் என்ன? அரசாங்கமும் கல்விக்குச் செலவிடுவதை நிறுத்திக் கொண்டு, இதரத் துறைக்கு நிதி அளிக்கத் தொடங்கிவிட்டது.

மீண்டுமொருமுறை லின்லித்கோவை சந்தித்தேன். "நீங்கள் கோபப்படவில்லை என்றால், ஒன்று கேட்கட்டுமா? நான் ஒருவன் மட்டுமே 50 பட்டதாரிகளுக்கு சமமானவன், இல்லையா?"

அதை அவர் ஒப்புக்கொள்ள வேண்டியிருந்தது.

"அதற்குக் காரணம் என்ன?" என்று கேட்டேன்.

"எங்களுக்குத் தெரியவில்லை" என்றார்.

"நான் அதிகம் படித்திருக்கேன். நான் நினைத்தால் இந்த அரசின் மணிமுடி தரித்து, இராஜ சிம்மாசனத்தில் கூட அமர முடியும்" என்றேன்.

இத்தகையவர்கள் தான் எனக்கு வேண்டும். அங்கிருந்து ஒட்டுமொத்தமாக நாம் கண்காணிக்க முடியும். நமது மக்கள் பாதுகாக்கப்பட வேண்டுமென்றால், இத்தகு கூரிய நோக்கு கொண்ட மனிதர்கள் நமக்கு வேண்டும். பின் சதா ஒரு எழுத்தரால் என்ன செய்ய முடியும்? நான் இதை கேட்ட மறுகணமே 16 மாணவர்களை உயர்படிப்பிற்காக இங்கிலாந்து அனுப்பி வைத்தார். அந்த 16 பேரில் சிலர் அரைவேக்காடாகவும், சிலர் முழுவேக்காடாகவும் இருந்தது என்னவோ ஒரு தனிப்பட்ட விஷயம்! ஆனால் பின்னர் வந்த இராஜகோபாலாச்சாரி, இந்த உயர்கல்வித் திட்டத்தையே முற்றிலுமாக ஒழித்துவிட்டார்.

இந்த நாட்டில் இன்னும் பாகுபாடு நிகழ்கிறது. அடுத்து வரும் ஆயிரம் ஆண்டுகள் கழிந்தாலும் நம் நிலை மாறாது. இந்த நிலை நீடித்தால், நாம் உத்வேகம் பெற உற்சாகம் கிட்டாது. இந்த மதத்திலேயே இருந்து வந்தால் நம்மால் எதுவும் செய்ய முடியாது. மனுஸ்மிருதியில் இருக்கும் சதுர்வர்ண முறை, நம் மனிதக் குலத்திற்கே தீங்கானது என பலமுறை சொல்லியிருக்கிறேன். பிற வர்ணத்தார் ஏவும் வேலை மட்டுமே சூத்திரர்கள் செய்ய வேண்டுமென மனுஸ்மிருதி சொல்கிறது. பிரமாணர்-

கள் மட்டும் கல்வி கற்பார்களாம்; க்ஷத்திரியர்கள் போர் புரிவார்களாம்; வைசியர்கள் வியாபாரம் செய்வார்களாம்; சூத்திரர் மட்டும் இவரெல்லாருக்கும் தொண்டு செய்ய வேண்டுமாம்! இந்த முறையால் யாருக்கு என்ன இலாபம்? பிராமண, க்ஷத்திரிய, வைசியர்களாவது ஓரளவு பயன் பெறுகிறார்கள். சூத்திரர்களின் நிலை என்ன? மூன்று வர்ணத்தாரை தவிர யாராவது இங்கு உற்சாகம் பெற முடியுமா? இந்தச் சதுர்வர்ண முறை தற்செயலானது அல்ல; சொருகப்பட்ட சரக்கும் அல்ல; இந்து மதத்தின் மூல வேறே இதுதான். இந்துமதத்தில் சமத்துவம் இல்லை!

ஒருமுறை நான் காந்தியை சந்தித்த போது, "தனக்கு சதுர்வர்ண முறையில் நம்பிக்கை இருக்கிறது" என்றார்.

"உங்களைப் போன்ற மகாத்மாக்கள் சதுர்வர்ணத்தை நம்புகிறீர்களா? சரி சதுர்வர்ணம் என்றால் என்ன? அது எப்படி இருக்கும்? நெட்டையாக இருக்குமா இல்லை தட்டையாக இருக்குமா? அது எங்கு தொடங்கி எங்கு முடிகிறது?" என்றேன்.

காந்தி பதில் பேசவில்லை. அவரால் என்ன சொல்ல முடிந்திருக்கும்? காரணமின்றி இந்து மதத்தை நான் குற்றம் சாட்டவில்லை. இந்து மதத்தால் யாரும் வாழ முடியாது. இது ஒரு சீரழிந்த மதம்.

நமது நாடு ஏன் அந்நியரின் ஆட்சிக்குச் சென்றது தெரியுமா? 1945 வரை ஐரோப்பாவில் போர் நிகழ்ந்தது. எத்தனை வீரர்கள் இறந்து போனார்களோ, அத்தனை வீரர்களை மீண்டும் பணியில் அமர்த்தியது அந்நாட்டு இராணுவம். நாம் போரில் வெற்றிப் பெற்றுவிட்டோம் என்று யாராலும் கூற முடியாத சூழல். நமது நாட்டில் எல்லாமே வேறுபட்டதாக இருந்தது. க்ஷத்திரியர்கள் தோற்கடிக்கப்பட்டால் நாடு வீழ்ந்து விடும். இதுதான் நம் நாட்டின் நியதி. நமக்கு மட்டும் ஆயுதம் ஏந்தும் உரிமை வழங்கப்பட்டிருந்தால், இந்த நாடு அடிமைப்பட்டிருக்காது தெரியுமா? இந்தியாவை ஆளும் தகுதி இந்த உலகில் யாருக்கும் இல்லை.

இந்து மதத்தில் இருப்பதால் யாராலும் வளர்ச்சி அடைய முடியாது. வர்ணாசிரமப் படிக்கட்டில் மேல்சாதி மக்களுக்கே எல்லா உரிமையும், எல்லா வளப்பமும் வந்து சேர்கிறது. ஆனால் மற்றவரின் கதி என்ன?

ஓர் குழந்தையைப் பெற்றெடுக்கும் பிராமணத் தாயின் கண்கள், காலியாக இருக்கும் உயர்நீதிமன்ற நீதிபதியின் நாற்காலியைத் தேடுகிறது. அதற்கு முற்றிலும் மாறாக, துப்புரவு பணிசெய்யும் தாயின் கண்கள், காலியாக இருக்கும் மற்றொரு துப்புரவு பணியை நாடுகிறது.

இந்த விசித்திரமான சமூகப் பழக்கத்திற்கு இந்து மதத்தின் வர்ணாசிரம முறையே அடிப்படைக் காரணம். இதிலிருந்து கொண்டு நாம் என்ன மாற்றத்தை எதிர்பார்க்க முடியும்? பௌத்தத்திற்கு மாறினால் ஒழிய நம்மால் ஒன்றும் செய்ய முடியாது.

பௌத்த மதத்தில் 75% பிக்குகள் பிராமணக் குலத்தைச் சார்ந்தவர்கள். 25% பிக்குகளே சூத்திரரும் மற்ற சிலரும். ஆனால் பகவான் புத்தர் அவர்களிடம் சொன்னார், "ஓ பிக்குகளே! நீங்கள் வெவ்வேறு தேசத்திலிருந்து வெவ்வேறு சாதி அடையாளங்களோடு வந்திருக்கிறீர்கள். மாகாணங்களில் ஓடும் நதியானது வெவ்வேறு பெயர்களால், வெவ்வேறு வழிகளில் செல்கிறது. ஆனால் கடலை அடையும்போது தன் அடையாளங்களைத் துறந்து ஒற்றை ஆளாக தன்னைப் பிரதிநிதிப் படுத்திக் கொள்கிறது. பௌத்த சங்கம் ஒரு பெருங்கடல். இங்கு எல்லோரும் சமம்."

கடல் நீரில் கங்கை நதி எது, மகாநதி எது என்று அலசி ஆராய யாரால் முடியும்? அதேபோல பௌத்த சங்கத்தில் இணையும் ஒருவர் தன் சாதி அடையாளங்களைத் துறந்து, அனைவரும் சமம் என்பதை ஏற்க வேண்டும். இந்தப் பூமியல் இத்தகைய சமதர்மத்தை போதித்த மகான் ஒரே ஒருத்தர்தான் உள்ளார். அவர்தான் மகான் புத்தர்.

> “*"நீங்கள் ஏன் பௌத்தத்திற்கு மாற இத்தனைக் காலம் எடுத்துக் கொண்டீர்கள்? இத்தனை நாட்களாக என்ன செய்தீர்கள்?" எனச் சிலர் கேட்கிறார்கள். இது முக்கியமான கேள்வி. ஒரு மதத்தின் மீது பற்றுக் கொள்வது அத்தனைச் சுலபமான காரியம் அல்ல. இது ஒற்றை ஆள் செய்யும் வேலை அல்ல. மதத்தைப் பற்றி சிந்திக்கும் எவரும் இதை அறிவர். என்னைப் போன்று இவ்வளவு பொறுப்பேற்றிருக்கும் நபர் இந்த உலகில் எவரும் இல்லை. என் ஆயுட்காலம் சம்மதித்தால், திட்டமிட்ட எல்லாப் பணிகளையும் முடிந்தவரை செயல்படுத்தி விடுவேன்.*”

ஒரு மகர் - பௌத்தன் ஆவதால் என்ன மாறிவிடப் போகிறது எனச் சிலர் கேட்கிறார்கள். அது தவறு. செல்வந்தருக்கும் மேட்டுக்குடிக்-

கும் மதத்தின் தேவை புரிந்துபடாது. பகட்டான பங்களாக்கள், அதில் வேலை செய்ய பணியாட்கள், சொத்து, செல்வம், மரியாதை, லொட்டு, லொசுக்கு.. இவர்களுக்கு மதத்தைப் பற்றி என்ன கவலை?

ஆனால் ஏழைகளுக்கு மதம் அவசியமானது; தாழ்த்தப்பட்டோருக்கு மதம் இன்றியமையாதது. வாழ்க்கையின் சாரம்சமே நம்பிக்கையில் வேர்பிடித்திருக்கும் போது, அந்த நம்பிக்கைமேல் இடிவிழுந்தால் என்ன செய்வது? தாழ்த்தப்பட்ட ஒருவனுக்கு மதம் நம்பிக்கை அளிக்கிறது. "பயப்படாதே! உன் வாழ்க்கை நிச்சயம் ஒருநாள் மேம்படும் என்று தெம்பூட்டுகிறது" அதனால்தான் ஏழைகளும் தாழ்த்தப்பட்டவர்களும் மதத்தைப் பிடித்து தொங்குகிறார்கள்.

கிறிஸ்தவ மதம் ஐரோப்பாவில் காலடி வைத்த போது, ரோம சாம்ராஜ்யமும் அதன் அண்டையப் பிரதேசங்களும் பஞ்சத்தில் தத்தளித்தன. மக்களுக்குப் போதிய உணவு கிடைக்கவில்லை. அச்சமயம் ஏழை எளிய மக்களுக்கு கிச்சடி வழங்கப்பட்டன. பின் யார் கிறிஸ்தவர் ஆனார்கள்? ஐரோப்பாவின் ஏழை எளிய மக்களும் தாழ்த்தப்பட்டவர்களும் தான். **கிறிஸ்தவ மதமே பிச்சைக்காரர்களின் மதம் என்று கிப்பன் கூறினார். ஆனால் அந்தக் கிறிஸ்தவ மதம் எப்படி ஐரோப்பா முழுமைக்கும் பரவியது என்று சொல்ல அவர் உயிரோடு இல்லை.**

பௌத்த மதம் என்பது மகர்கள் மற்றும் மங்கர்களின் மதம் என்று சிலர் சொல்லுவார்கள். மகான் கௌதமரை "அரே கௌதம்.. அரே கௌதம்" என்று பழிக்கும் இந்தப் பிராமணர்கள் ஒன்றைத் தெரிந்துகொள்ள வேண்டும். "ராமர், கிருஷ்ணர், சங்கரர் இவர் எல்லோர் சிலைகளையும் வெளிநாட்டில் விற்பனைக்கு வைத்தால் ஒன்றாவது விற்றுத் தீருமா? மாறாக, மகான் புத்தரின் சிலையை விற்பனைக்கு வையுங்கள். ஒன்று கூட எஞ்சி இராது! இந்தியா இருக்கட்டும். வெளியில் சென்று பாருங்கள். இந்தியா பற்றி அவர்களுக்குத் தெரிந்த ஒரே பெயர், பகவான் புத்தர் மட்டுந்தான். இத்தனைச் சிறப்பையும் தாண்டி இந்த மதத்தின் பெருமையை இனி யாரால் தடுக்க முடியும்?

நாங்கள் எங்கள் மார்க்கத்தைப் பின்பற்றுகிறோம். நீங்கள் உங்கள் மார்க்கத்தைப் பின்பற்றுங்கள். எங்களுக்குப் புத்தொளி கிடைத்துவிட்டது. ஏற்றம் தரும் ஒரு பாதையை நாங்கள் கண்டுபிடித்து விட்டோம். இந்தப் பாதை புதிதல்ல; கடன் வாங்கப்பட்ட மார்க்கம் அல்ல இது; இந்தியாவுக்கு முற்றிலும் பழகிப் போன பாதை.

பௌத்த மதம் இங்கு 2000 ஆண்டுகள் உயிர்வாழ்ந்திருக்கிறது. உண்மையில் நாம் ஏன் முன்னரே பௌத்த மார்க்கத்தை தழுவவில்லை என வருத்தப்படுகிறேன். புத்தரின் தம்மம் என்றென்றைக்கும் உயிர்வாழக் கூடியது. ஆனால் அவர் உரிமைக் கொண்டாடவில்லை. கால ஓட்டத்திற்கு ஏற்பத் தன்னை தகவமைத்துக் கொள்ளும் வசதியை பௌத்தத்திற்கு வழங்கியிருந்தார். இது வேறெந்த மதத்திலும் கிடையாது.

முஸ்லிம்களின் படையெடுப்புதான் பௌத்த மதம் அழிவதற்குப் பிரதான காரணம். புத்தப் பெருமான் சிலைகள் சிதைத்து எறியப்பட்டன. பௌத்தத்தின் மேல் விழுந்த முதல் இடி இது. இந்தப் படையெடுப்பால் பயந்த புத்த பிக்குகள் ஓடி ஒளிந்தார்கள். சிலர் திபெத்திலும், சிலர் சீனாவிலும் இன்னும் சிலர் முன்பின் தெரியாத அந்நியத் தேசத்திலும் சரண் புகுந்தார்கள். ஒரு மதத்தின் வாழ்நாள் அதன் மக்களைப் பொறுத்தே அமைகிறது.

வட-மேற்கு எல்லையில் ஒரு கிரேக்க மன்னன் ஆண்டு வந்தான். அவன் பெயர் மிலிண்டா. அவனுக்கு விவாதம் செய்வதில் கொள்ளைப் பிரியம். விவாதம் செய்ய விருப்பம் உள்ளவர்கள், என்னிடம் வந்து கேள்வி கேட்கலாம் என்று வெகுநாட்களாக இந்துக்களிடம் கூறி வந்தான் . பல பேச்சாளர்களை வாயடைக்கச் செய்தான்.

ஒருமுறை புத்த பிக்குவிடம் விவாதம் செய்ய ஆசைப்பட்டு, பணியாள் ஏவி அழைத்து வரச் சொன்னான். பௌத்த மக்கள் ஒன்றிணைந்து நாகசேனரை அனுப்பி வைத்தனர். நாகசேனர் நன்குப் படித்தவர். பிறப்பால் ஒரு பிராமணர். நாகசேனருக்கும் மிலிண்டாவிற்கும் நடந்த இந்த விவாதம் பிற்காலத்தில் உலகமறியும் ஒரு புத்தகமாக வெளிவந்தது. 'மிலிண்டா பன்ஹா' என்பது அந்நூலின் பெயர். 'ஒரு மதம் ஏன் சிதைகிறது?' என்ற கேள்விக்கு நாகசேனர் மூன்று காரணங்களை அடுக்குகிறார்.

முதல் காரணம். ஒரு குறிப்பிட்ட மதம் போதிய பக்குவம் அடையாமல் இருப்பது, அதன் அடிப்படை சித்தாந்தங்களை ஆழமற்றதாக ஆக்கிவிடுகிறது. அதன் கொள்கைகளை மீறி லௌகீக மதமாக உருவெடுக்கிறது. இத்தகைய சூழலில் அதனால் நெடுங்காலம் தாக்குப்பிடிக்க முடிவதில்லை.

இரண்டாவது காரணம். நன்கு படித்துத் தேர்ந்த மதப் போதகர்களே, ஒரு மதத்தை தூக்கிப் பிடிக்கும் முக்கியத் தூண்கள். நன்கு படித்தவ-

ருக்கே அம்மதத்தின் அடிப்படைச் சித்தாந்தங்களை, மேம்பட்ட கொள்கைகளை பயிற்றுவிக்கும் ஆற்றல் இருக்கும். வாதம் செய்யத் தயங்கி தோல்வியுற்றார் எனில், அந்த மதம் அப்படியே ஒடுங்கிவிடும்.

மூன்றாவது காரணம். மதமும் மதக் கோட்பாடுகளும் படித்தவர்களுக்கு மட்டுந்தான் என்றும், சராசரி மக்களுக்கு கோவிலும் சிலையுமே போதுமென்றும் இருந்துவந்தால் மதத்தின் அடிப்படையே ஆட்டம் கண்டுவிடும்.

பௌத்தத்தை தழுவும் போது அதன் கொள்கைகள் லௌகீகமானது அல்ல என்று உணர வேண்டும். 2500 ஆண்டுகள் கழிந்தாலும், ஒட்டுமொத்த உலகும் ஏற்கும்படி அதன் கொள்கைகள் கட்டமைக்கப்பட்டுள்ளன. அமெரிக்காவில் 2000 பௌத்த நிறுவனங்கள் உள்ளன. 3 இலட்ச ரூபாய் செலவில், பௌத்த கோவில் ஒன்று இங்கிலாந்தில் கட்டப்பட்டுள்ளது. ஜெர்மனியிலுங்கூட 3000-ல் இருந்து 4000 வரை பௌத்த நிறுவனங்கள் செயல்பட்டு வருகின்றன.

புத்தரின் தம்மம் என்றென்றைக்குமானது. அப்படியிருந்தும் அவர் இது கடவுளின் மதம் என்று ஒருபோதும் சொன்னதில்லை. "என் தந்தை ஒரு சாதாரண மனிதர், என் தாய் ஒரு சாதாரணப் பெண். உங்களுக்கு சரியெனப்பட்டால் இந்த மதத்தைப் பின்பற்றுங்கள். இந்த மதம் உங்கள் பகுத்தறிவுக்கு ஒத்திருந்தால் ஏற்றுக்கொள்ளுங்கள்" என்றார். இந்தப் பெருந்தன்மையை நாம் வேறெந்த மதத்ததில் காண முடியும்!

பௌத்த மதத்திற்கும் ஏனைய மதத்திற்கும் ஏராளமான வித்தியாசங்கள் உள்ளன. மற்ற மதங்கள் மனிதனைக் கடவுளோடு சம்பந்தப்படுத்துவதால் அதில் மாற்றம் செய்வது அத்தனைச் சுலபமல்ல. கடவுளே இயற்கையைப் படைத்தார். வானம், பூமி, காற்று, சூரியன், சந்திரன் எல்லாம் அவரின் அருளாற்றல். நமக்காக அவர் எதையும் மிச்சம் வைக்கவில்லை. அதனால் அந்தப் புண்ணியவானை வணங்குங்கள் என்கிறது ஏனைய மதங்கள். கிறிஸ்தவ மதத்தின் படி, நாம் இறந்ததற்குப் பின் தீர்ப்பு நாள் என்றொரு தினம் உண்டு. அனைத்தும் அந்தத் தீர்ப்பை பொறுத்தே அமைகிறது. ஆனால் பௌத்த மதத்தில் கடவுளுக்கோ ஆன்மாவுக்கோ வேலை இல்லை. "எங்கும் துக்கம் நிறைந்திருக்கிறது. 90% மக்கள் துக்கத்தால் துவண்டு போயுள்ளனர்" என பகவான் புத்தர் சொன்னார். அந்த மக்களின் துக்கக் கண்ணீரை துடைத்து எறிவதே அவரின் பௌத்த மதக் கொள்கையானது. புத்தர்

சொன்னதை விட கார்ல் மார்க்ஸ் எதையும் புதிதாகச் சொல்லிவிட-வில்லை.

சகோதரர்களே, நான் சொல்ல வேண்டியமட்டும் சொல்லிவிட்டேன். எல்லா விதத்திலும் இந்த மதம் மகத்தானது. துளி களங்கமில்லை. இத்-தனை நாட்களாக இந்து மதத்தின் கொள்கை நம் உற்சாகத்தை காவு வாங்கி வந்தது. ஆயிரமாண்டுகள் ஆகியும் நம்மில் ஒரு பட்டதாரியைக் கூட இந்தச் சமூகத்தால் உருவாக்க முடியவில்லை.

ஒரு தனிமனிதனாக, இந்த நாட்டில் என்னால் சாதிக்க முடியாதது எதுவுமல்ல. பிராமணர், க்ஷத்திரியர், வைசியர் என்று உங்களுக்குள் இருக்கும் இந்த அபிப்பிராயத்தை எப்படி உடைப்பது என்பதே என் அடுத்த சவால். இந்த மதம் பற்றியதான அத்தனைப் புரிதல்களும் உங்-களுக்கு தெரியப்படுத்த வேண்டும். உங்களின் எல்லா சந்தேகங்களையும், எல்லாக் குழப்பங்களையும் புத்தகம் எழுதித் தீர்த்து விடுகிறேன். தயவு செய்து இனியாவது என்னை முற்றிலும் நம்புங்கள்.

இந்தப் புதிய பாதை மகத்தான பொறுப்புகள் நிறைந்தது. செய்துக் கொடுத்த சத்தியத்தையும்; நம் இயக்கத்தின் இலட்சியத்தையும் இளை-ஞர்கள் காப்பாற்றி கரைசேர்க்க வேண்டும். சுயநலக்காரர் ஆகிவிடக் கூடாது. நம் சம்பாத்தியத்தின் 20ல் ஒரு பங்கையாவது இதற்கு ஒதுக்கு-வோம். என்னுடன் உங்கள் எல்லோரையும் அழைத்துச் செல்ல விரும்-புகிறேன்.

ஆரம்பத்தில் ததாகதர் ஒருசிலருக்கு தீட்சை வழங்கி, "இந்த மதத்-தைப் பரப்பிச் செல்லுங்கள்" என்று வழிகாட்டினார். அதற்குப் பின் யாஷாவும் அவளது நாற்பது நண்பர்களும் பௌத்தத்தை தழுவினார்கள். யாஷா பணக்காரக் குடும்பத்தைச் சார்ந்தவர். அவர்களிடம் இந்த மதம் எப்படிப்பட்டது என்பதை புத்தர் சொல்கிறார், "பகுஜன் ஹிதே பகுஜன் சுகே, லோகனுகம்பே, தம்மா அதி கல்யாணம், மத்ய கல்யாணமா, பர்-யவாஸன் கல்யாணம்!"

ததாகதர் அந்தக் காலத்திற்கு ஏற்ப பௌத்தத்தை பரப்பும் நெறிமு-றையை வடிவமைத்தார். இப்போது நாம் அந்த நெறிமுறையை மாற்றி அமைக்கும் காலம் வந்துவிட்டது. இந்த நிகழ்ச்சிக்குப் பிறகு ஒவ்வொ-ருவரும் மற்றவருக்கு தீட்சை அளிக்க வேண்டும். ஒவ்வொரு பௌத்த-ருக்கும் தீட்சை அளிக்கும் அதிகாரம் உண்டு என நான் பிரகடனப்ப-டுத்துகிறேன்.

8

நான் ஏன் இந்து மதத்தை தழுவினேன்?

சகோதரி நிவேதிதா தேவி

"மார்க்ரேட் எலிசபெத் நோபல் என்று பெற்றோர் வைத்த பெயரால் விளித்தால் அவரை யாருக்கும் தெரியாது. அரவிந்த் கோஷ் சூட்டிய 'அக்னிசிகா' என்ற பெயரால் அழைத்தால் பெரும்பாலும் புரியாது. 'லோகமாதா' என்று தாகூர் அழைத்த பெயரால் ஜெபித்தால் அவரைப் பலருக்கும் அடையாளம் தெரியாது. அரவிந்தர் போற்றிய 'வீரத்துறவி' என்றால் ஒருசிலருக்கு யாரென்றே புரியாது. பின் அவரை எப்படி அழைப்பது?

அயர்லாந்தில் பிறந்து கிறிஸ்தவராக வளர்ந்து ஹிந்துவாக வாழ்ந்து இந்தியராக இறந்துபோனாரே, அவரை நாம் எப்படி அழைப்பது? பாமரர் எல்லாம் ஒன்றுகூட்டி வழங்கிய 'சகோதரி நிவேதிதா தேவி' என்று கூக்குரலிடலாமா?

பிளேக் நோயால் பாதிக்கப்பட்ட கொல்கத்தா நகரில், வெறும் பழங்களையும் பாலையும் உண்டு சேவையாற்றினார். பின் அதற்கும் பண நெருக்கடி ஏற்பட, ஒருவேளை பாலையும் நிறுத்திக் கொண்டு சேவை புரிந்தார். அப்போதுதான் கொல்கத்தா மக்களால் 'சகோதரி' என்று அன்பொழுக அழைக்கப்பட்டார். அதுநாள்வரை விவேகானந்தர் வழங்கிய நிவேதிதா என்ற பெயரே அடையாளமானது.

விவேகானந்தரால் ஈர்க்கப்பட்டு இந்தியா வந்த அவர், பெண் கல்வி பொருட்டும் இந்துத்துவம் பொருட்டும் பெரும் பணி செய்தார்.

ஒரு காங்கிரஸ் மாநாட்டில் கலந்துகொள்ள வந்த தென்னிந்திய கவி ஒருவரைப் பார்த்து, "ஆமாம். எங்கே உங்கள் மனைவி?" என இவர் கேட்க. "எங்கள் வழக்கப்படி பெண்களை வெளியே அழைத்து வருவதில்லை. மேலும் அவளுக்கு அரசியல் பற்றி ஒன்றும் தெரியாது" என்றார் அந்தக் கவி. "உங்கள் மனைவிக்கே விடுதலை தராத நீங்கள், இந்தத் தேசத்திற்கு விடுதலை பெறுவது எப்படி சாத்தியம்?" என்று நிவேதிதை கேட்ட மறுகணம் எதிரில் இருந்த மகாகவி பாரதியார் இவர்தன் சிஷ்யர் ஆனார். ஆம். நம் தமிழ்க்கவிக்கே பெண்ணியம் புகட்டிய அந்நியக் கவி சகோதரி நிவேதிதா தேவி.

அக்டோபர் 2, 1902-ம் ஆண்டு பம்பாய் ஹிந்துப் பெண்கள் சங்கத்தில் "இந்தியப் பெண்களின் நற்பண்பு" என்ற தலைப்பில் பேச அழைத்தனர். ஆனால் நிகழ்ச்சிக்கு முன்னரே பார்வையாளருடன் கலந்துரையாடிய நிவேதிதை தன் தலைப்பை மாற்றிக் கொண்டார். "இங்கு வீற்றிருக்கும் ஹிந்துப் பெண்களைவிட அத்தனை உயரிய நல்லொழுக்கத்தை நான் பயின்று விடவில்லை. அதனால் நான் ஏன் ஹிந்து மதத்தைத் தழுவினேன்" என்று பேச விரும்பிகிறேன் என்று அவர் சொன்னதும் ஆரவாரம் பொங்க ஆமோதித்தனர்.

இந்தியப் பெண்ணின் நற்பண்பு என்று அவர் சுட்டிச் சொன்ன பல பழக்கங்கள் இன்று ஏற்றுக்கொள்ள முடியா-தது. விவாதத்திற்கு உட்பட்டது. இருந்தபோதும் ஒரு ஆங்-கிலேயப் பெண்ணை வசீகரிக்க ஹிந்து மதத்தில் என்ன இருந்தது என்பது மிக முக்கியமான வியூகம்.

ஒட்டுமொத்த இந்தியருக்கும் தான் ஏன் ஹிந்து ஆனேன் என நிவேதிதா பேசியதன் தேர்ந்தெடுக்கப்பட்ட பகுதி இதோ..''

பிறப்பால் நான் ஒரு ஆங்கிலேயப் பெண்மணி. என் பதினெட்டாம் வயது வரை அப்படியே வளர்க்கப்பட்டேன். சராசரியான ஆங்கிலேயப் பெண்களுக்கு மதபோதகம் குறித்து எப்படியெல்லாம் பயிற்சி அளிக்கப்-பட்டதோ, அத்தனைப் படிப்பினைகளும் கற்றுத் தேர்ந்தேன்.

உண்மையில், என் பால்ய காலத்துப் பக்கங்களை புரட்டிப் பார்த்தால் கிறிஸ்தவ மதப் போதனைகள் என்னை சொட்டுச் சொட்டாக விழுங்-கியிருந்தன. இயேசு கிறிஸ்துவின் தன்னலம் பேணாத தியாகத் திரு-

வுருவின்மேல் அளப்பரியாத அன்பு செலுத்தினேன். மனிதக் குலத்தின் துயர் களையும் பொருட்டு மீட்பராக அவதரித்த இயேசுப் பெருமானை, வெறுமனே கடைக்கோடியின் கண்ணீர் துடைத்தார் என்பதற்காகவோ, சிலுவையில் தன் இன்னுயிரை மாய்த்துக் கொண்டார் என்பதற்காகவோ எல்லாம் என்னால் வணங்க முடியவில்லை. இது எனக்கு நன்றாகத் தெரியும். இருந்தும் வார்த்தைக்குள் விரியாத ஈர்ப்பு; சொல்லுக்குள் அடங்காத சிநேகம்; கடலுக்குள் அடங்காத கருணை போல் இயேசு கிறிஸ்து மேல் ஏதோ ஒரு மையல்.

என் பதின்பருவத்தின் கடைசி ஆண்டை நெருங்கியபோது, கிறிஸ்தவத்தை கேள்வி கேட்கத் தொடங்கினேன். பந்நூற்றாண்டு கிறிஸ்தவ சாம்ராஜ்யம் ஒன்றிரண்டு வினாக்களிலேயே விரிசல் விடத் தொடங்கியது. பல தத்துவங்கள் உண்மைக்கு முரணாகத் தோற்றமளித்தன. சந்தேகங்களின் வலு அதிகமாக அதிகமாக, நான் கொண்ட கிறிஸ்தவ மதநம்பிக்கைக் குறைந்து கொண்டே வந்தது.

பித்துப் பிடித்த பெண்மணியாய் என் வாழ்நாளின் அடுத்த ஏழாண்டுகள் கழிந்தது. குழப்பங்கள் குறைந்தபாடில்லை; என் தேடலும் தீர்ந்தபாடில்லை!

வேறுவழியின்றி, ஒரு கட்டத்தில் தேவாலயம் செல்வதையே நிறுத்திவிட்டேன். ஆனால் ஆன்மா ஈடேற என்ன வழி? என் மனம் துடிதுடித்தது. மீண்டும் தேவாலயம் சென்று முன்னர் செய்த அதே ஜெபமாலைகளை ஸ்தோத்திரம் செய்தால் ஒழிய வேறு வழியில்லை எனத் தோன்றியது. ஆனால் அப்படியும் மன நிம்மதியை கிட்டிய பாடில்லை. கேள்விகளும் குழப்பங்களும் என்னைக் கொத்தித் தின்றன.

இயற்கையைப் படிப்பதில்தான் இந்த எல்லாக் கேள்விக்குமான பதில் புரிபடும் என்று, ஏழாண்டுகால அனுபவம் எனக்கு ஆழமாக உணர்த்தியிருந்தது. உடனே தீவிரமாகப் படிக்கத் தொடங்கினேன். இந்த உலகம் எப்படித் தோன்றியது? இங்கு புல் முளைத்தது எப்படி? இந்தப் பூச்சி, பறவையினம், விலங்குகள் இவை எல்லாம் எப்படித் தோன்றின? மும்மரமாகப் படித்தேன். இயற்கையின் நிலைத்தன்மை வாய்ந்த விதியை நுட்பமாகப் புரிந்துகொண்டேன். இதில் கால்பங்கு அளவுகூட கிறிஸ்தவ மதக் கொள்கைகள் நிலையானவை அல்ல என்பது வெட்டவெளிச்சமானது. காலந்தோறும் கிறிஸ்தவம் மாறிக்கொண்டேதான் இருக்கிறது.

இத்தகைய சூழலில்தான் புத்தரின் வாழ்வை படிக்க நேர்ந்தது. இயேசு பிறப்பதற்கு பல நூற்றாண்டுக்கு முன்னரே இப்பூமியில் தோன்றிய அக்குழந்தை கொஞ்சநஞ்ச தியாகமா செய்தது? என் அடுத்த மூன்றாண்டுகளை, அன்பிற்குரிய கௌதமனின் பௌத்த மதம் தொடர்பான படிப்பினைகளில் விரயம் செய்தேன்.

"புத்தரின் இரட்சண்யம் கிறிஸ்தவ மத போதனையைவிட மிகத் தீர்மானமான உண்மையோடு நிலைத்தன்மையாக விளங்குகிறது" என்பதை முழு மனதாக நான் இறுதியில் ஏற்றுக் கொண்டேன்.

சரி எல்லாம் முடிந்தது. தேடல் முற்றுப்பெற்றது. வாழ்க்கை அர்த்தம் பெற்றது. இனி பௌத்தமே வழி என்று எண்ணிப் போகையில்தான் மற்றொரு திருப்புமுனை என் நம்பிக்கையை சோதனைக்கு உள்ளாக்கியது.

உங்கள் மரியாதை தாங்கிய வைஸ்ராய். ரிப்பன் பிரபுவின் உறவினர் ஒருவர் தேநீர் விருந்துக்கு என்னை அழைத்திருந்தார். அத்தோடு அவ்விருந்தில் இந்தியத் துறவி ஒருவரை அழைத்திருப்பதாகவும் எந்தன் எல்லா கேள்விக்கும் அவரிடம் பதிலிருப்பதாகவும் சொன்னார்.

> *“நான் அங்கு சந்திந்த துறவி வேறு யாருமல்ல, அலைபாயும் என் ஆன்மாவை அமைதியுற வழிகாட்டிய மகான், என் மானசீக குரு, சுவாமி விவேகானந்தர். ஆனால் ஒன்றிரண்டு சந்திப்பிலேயே என் சந்தேகங்கள் தீர்ந்துவிடவில்லை. பலமுறை நேரில் சந்திந்து மணிக்கணக்கான உரையாடல்களை பேசிக் கழித்தபின்னரே பல நெடிய குழப்பங்கள் ஒருவழியாக என்னைவிட்டு ஒழிந்தன. கிட்டத்தட்ட ஓராண்டுக்கும் மேற்பட்ட காலம் அவரின் முழு வழிகாட்டுதலில் பாடம் பயின்றேன்.”*

பின்னர் சுவாமி என்னிடம், "நீங்கள் ஏன் இந்தியா வரக் கூடாது? ஏன் அங்குள்ள யோகிகளை சந்திந்து, தற்போது பயின்று வரும் பாடங்களை அவை தோன்றிய புண்ணிய பூமியிலேயே பயிலக் கூடாது?" எனக் கேட்டார். கண்டுகொண்டேன். நான் ஒரு மார்க்கத்தை கண்டுகொண்டேன். நம்பிக்கை வைக்கவும், தோள் சாயவும் ஒரு தூண் கிடைத்துவிட்டது. முக்தி அடைந்து மோட்சம் பெறும் வழி இதுதான்.

ஆன்மா ஆனந்தத்தில் ஈடேறி மோட்சம் பெறும் வழிகாட்டல் பெற்று-விட்டேன். இதுதான் நான் இந்தியா வந்த கதை.

ம்ம். இதுதான். இதுதான் நான் ஹிந்து மதத்தைத் தழுவுவதற்கு முழுமுதற் காரணம். இதனால்தான் கிறிஸ்தவ மதத்தை துறந்துவிட்டு வந்தேன். நீங்கள் இனியும் அமைதி காப்பீர்களேயானால், மேற்கொண்டு ஒன்று சொல்ல விரும்பிகிறேன்.

> *“நான் இந்தியாவை விரும்புவதற்கு பல காரணங்கள் இருக்கின்றன. உலகின் மிக உயரிய மதமாம் ஹிந்து மதம் தோன்றிய புண்ணிய பூமி இது. வானை முட்டும் இமயம்; கம்பீரமிக்க மலைகள்; மிகச் சாதாரண வீடுகள்; இல்லறம் விரும்பும் இதயங்கள்; தன் அன்பிற்குரியவரை அரவணைப்-பதற்காக ஒவ்வொரு நாளும் தன்னை ஓடாக்கித் தேயும் தன்னலம் பேணாத பெண்கள்; தன்னைச் சார்ந்தோரை எல்-லாம் கரையேற்ற இம்மிப்பொழுதும் இமைக்காமல் வேலை-செய்துவரும் முதியவர்களும் தாய்மார்களும் தோன்றுகிற தேவ பூமி இந்தியா. தன் நலனை கருதாத லட்சோப லட்சப் பெண்களால்தான் புகழ் உச்சி அடைந்திருக்கிறது இத்தே-சம்!”*

என் அன்பு சகோதரிகளே! இந்த மண்ணில் பிறந்ததற்கு மகிழ்ச்சி கொள்ளுங்கள். மேற்குலகின் இலக்கியங்களை விட்டுத் தள்ளுங்கள், தயவு செய்து இங்குத் தோன்றிய மாபெரும் பழம் இலக்கியங்களை விரைந்துப் படியுங்கள். அது உங்களை உயர்த்தும் திராணி கொண்டது. பற்றிக் கொள்ளுங்கள். அதுவே உங்களை ஆன்மக் கடலை ஈடேற்றி கரை சேர்க்க வழிவகை செய்யும். இத்தேசத்திற்கு உண்டான எதார்த்-தத்தோடு வாழப் பழகுங்கள். நிதானம் அது ஒன்றே பிரதானம். பந்நூறு ஆண்டுகளுக்கு முன்னிருந்த அதே அமைதியை, அதே ஒழுக்கத்தை, அதே பரிபூரணத்தை மீண்டும் கட்டியெழுப்புங்கள்!

மேற்குலகின் களியாட்டங்களையும் நவீனங்களையும் இங்கே துளியும் அனுமதிக்காதீர்கள். அறிவு மிகுதியால் பெரியோரை சிறியோர் வியத்த-லும், அன்பு மிகுதியால் சிறியோரை பெரியோர் மதித்தலும், இந்தியா-

வின் கல்விமுறையே இதன்மேல்தான் எழுப்பப்பட்டிருக்கிறது. ஆனால் ஆங்கிலேயக் கல்விமுறை உங்கள் பணிவு கலந்த, மரியாதை தாங்கிய கல்விமுறையை கல்லெறிந்து குழப்பிவிடும். தயவுசெய்து அதை அனும-திக்காதீர். இந்தக் கோரிக்கையை என் ஹிந்து சகோதரிகள் மட்டுமல்ல, முகமதிய சகோதரிகளும் மாற்றுச் சமூக சகோதரிகளும் சம-அளவு அக்-கறையோடு ஏற்றுச் செயல் புரியவேண்டும்.

என்னைத் தத்தெடுத்துக் கொண்ட இத்தேசத்தின் புதல்விகளே, நீரெல்லோரும் என் சகோதரிகள். இந்தப் பூமியில் என குரு விவேகா-னந்தர் விட்டுச்சென்ற பணிகளை ஆத்மார்த்தமாக நான் தொடர இருக்-கிறேன்.

9

நான் ஏன் மணியம்மையை மணந்தேன்?

ஈ.வெ. ராமசாமிப் பெரியார்

“பெரியார். இவரை யார்தான் அறியார்?

திராவிடஞ் சூழ்ந்த இந்நிலப்பரப்பில் இவர் பேசாத பொருளில்லை. சமுதாயம் - மதம் - கடவுள் - சாதி - தத்துவம் - பெண்விடுதலை - பகுத்தறிவு - பண்டிகை - புராணம் - திருமணம் - கலை - கல்வி - தேசியம் - இயக்கம் - பொருளாதாரம் - பொதுநலம் - சமத்துவம் - நீதி கெட்டது - நீதி உள்ளது - நேற்று - இன்று - நாளை என இவர் பேசிவைத்த பட்டியல் இன்னும் நூற்றாண்டுகளுக்கு நீளும்.

சமத்துவத்தைக் கொள்கையாக்கி சுயமரியாதை மூட்டைக்கட்டி தொண்டைக் கவ்வும் மட்டும், இத்தொலகில் பேசித் திரிந்தவர். 94 ஆண்டுகள் 3 மாதங்கள் 7 நாட்கள்

வாழ்ந்த பெருவாழ்வில் எண்ணாயிரத்து இருநூறு நாட்களைச் சுற்றுப்பயணத்திற்கே செலவுசெய்தவர். எட்டு லட்சத்து இருபதாயிரம் மைல்கள் பயணம் செய்தவர். அதாவது பூமியின் சுற்றளவைப் போல் 33 மடங்கு சுற்றி வந்தவர். இருபத்தோராயிரத்து நானூறு மணி நேரம் சொற்பொழிவாற்றியவர். இதனை ஓடவிட்டால் 2 ஆண்டுகள் 5 மாதங்கள் 11 நாட்கள் தொடர்ந்து ஒலித்துக்கொண்டே இருக்குமென கவிப்பேரரசு வைரமுத்து ஒரு குறிப்பு கொடுக்கிறார்.

தமிழ்நாட்டின் அரசியல் பெரியாரை விரும்பியோ பெரியாரை எதிர்த்தோ வேண்டுமானால் செயல்படலாம். ஆனால் அவரை தவிர்த்து ஒருகாலும் ஒருவராலும் இயங்க முடியாது.

இத்தனைப் பெரிய கருஞ்சட்டைக்காரரின் வாழ்வில் ஒரே ஒரு கரும்புள்ளியை தொடர்ந்து விமர்சித்து வருகின்றனர். திராவிடர் கழகம் - திராவிட முன்னேற்றக் கழகமாக கிளைவிட அந்தக் கரும்புள்ளிதான் காரணம்; பெரியாரின் பின்பற்றுநர்களில் ஒரு சிலர் கண்ணீர் விட்டுப் பிரிந்து செல்ல அந்த ஒரு கரும்புள்ளிதான் காரணம். என்ன அது? பெரியார் - மணியம்மை திருமணம்.

வாழ்வின் இறுதி அத்தியாத்தில் ஒரு முதியோரின் மனம் வெறுப்புற்று தனிமைச்சோர்ந்திருக்கும் என மனவியல் நிபுணர்கள் கூறுகின்றனர். இதையே நாம் பெரியாரின் வாழ்விலும் ஏற்றுக் கொள்ள வேண்டியிருக்கிறது. தன் உடன்கூட்டத்தாரே, தன்னை உயிரோடு கொல்ல நினைப்பதாக ஏமாற்றம் கொள்கிறார். இயக்க அரசியலா - கட்சி அரசியலா என்பதில் தொடங்கிய வேற்றுமை, ராஜாஜி சந்திப்பில் பலம்பெறுகிறது; துக்கநாளா விடுதலை நாளா என்பதில் உறுதியாகிறது. பின்னர் அது பெரியார் மணியம்மை திருமணத்தில் வெடித்துச் சிதறுகிறது.

ஏன் இத்திருமணம்? இதற்கான சூழல் என்ன? இதற்கான கட்டாயம் ஏன் வாய்த்தது? இது ஏதும் அறியாத பலர், தனது மகளையே திருமணம் செய்துகொண்டவர்; தன் வளர்ப்பு மகளையே காம இச்சையால் கல்யாணம் செய்தவர்

என்ற பொய்ப் புரட்டுகளை சேற்றில் வாரி இறைத்தபோதும் மௌனம் காத்தார் பெரியார். எங்கே இதனால் நம் இயக்கம் உதிர்ந்துவிடுமோ, இலட்சிய சிதைந்துவிடுமோ, திராவிடம் தாழ்ந்து விடுமோ என்ற அச்சப்படுகையில் மெல்ல தன் இதழ் விரித்து பேசத் தொடங்கினார்.

தன்னிலிருந்து பிரிந்த சென்று தி.மு.க உதயமான 15 நாட்கள் கழித்து, திருவாரூர் மாநாட்டில் பெரியார் உரைத்த தெளிவுறு பேச்சின் தேர்ந்துதெடுக்கப்பட்ட பகுதி இதோ..''

பெரியோர்களே! தோழர்களே!

எனது சொற்பொழிவை முடிக்கும் முன்பு எனது திருமணம் பற்றிச் சில வார்த்தைகள் கூற நான் ஆசைப்படுகிறேன்.

இத்திருமணத்தால் இயக்கத்திற்கு ஏதோ பெரிய குறைபாடு ஏற்பட்டுவிட்டதாகச் சிலர் தவறான பிரச்சாரம் செய்து வருகிறார்கள்; சிலர் இதே காரணத்தால் இயக்கத்தைக் கைப்பற்றித் தங்கள் இஷ்டப்படி திருப்பிப்

பயன்பெறலாம் என்று கருதி விஷமம் செய்து வருகிறார்கள். இதுபற்றி நான் ஏதாவது பேசுவேன் என்று நீங்கள் எதிர்பார்க்கிறீர்கள். ஆதலால், அதுபற்றிப் பேசுவதும் சற்று அவசியமாக இருக்கிறது.

நான் எந்தக் காரியத்தையும் இரகசியமாகச் செய்வதில்லை. ஓர் ஆண்டாகச் சொல்லிக்கொண்டு வந்த காரியத்தைத்தான், திருமணம் என்பதாக - என் கருத்துக்குப் பொருந்த, சட்டப்படி - அதாவது பதிவுச் சட்டப்படி வாரிசு உரிமை பதிவு செய்து கொண்டிருக்கிறேன். அதோடு, அப்படிச் செய்துகொள்ள நேர்ந்த அவசியத்தையும், முன்கூட்டியே விளக்கிச் சொல்லியிருக்கிறேன்; பல அறிக்கைகள் மூலம் விளக்கி இருக்கிறேன். மனைவி வேண்டும் என்பதற்காக நான் திருமணம் செய்து கொள்ளவில்லை என்றும் தெளிவாய் சொல்லியிருக்கிறேன்.

ஏனெனில், மனைவி வேண்டும் என்றிருந்தால் சுமார் 15 வருடங்களுக்கு முன்பு, எனது மனைவி இறந்த தருவாயிலேயே - என் பெற்றோரும், சுற்றத்தாரும் என்னை மறுமணம் புரிந்துகொள்ளும்படி வற்புறுத்தியபோதே திருமணம் செய்துகொண்டிருப்பேன்; அப்போது பிடிவாதமாக மறுத்துவிட்டவன் என்பதோடு, மனைவி இறந்துபோனபோது நான் மகிழ்ச்சியும் தெரிவித்து இருக்கிறேன். ஆனால், தற்போது பதிவு செய்து கொண்டதானது எனது தொண்டிற்கு வசதியும், நல்ல நம்பிக்கையான பாதுகாப்பும், வாழ்க்கைக்கு ஆதரவும், மற்றும் பல வசதிகளையும்; எனது வயது முதிர்ந்த தள்ளாத நிலையையும் உத்தேசித்து இந்தப்படிச் செய்துகொள்ளவேண்டி ஏற்பட்டுவிட்டது என்றும் தெரிவித்தேன்.

எனக்கு நம் மக்களிடத்துச் சுமார் 60 வருட காலம் அனுபவம் உண்டு. இந்த 60 வருட காலத்தில் மக்களின் யோக்கியதை, நாணயம், ஒழுக்கம் அப்போது இருந்ததைவிடக் கொஞ்சம்கூட மேம்பாடு அடையவில்லை. மக்களுடைய யோக்கியதை மேம்பாடடையாதது மட்டுமல்ல; கொஞ்சம் கொஞ்சமாக ஒழுக்கம், நாணயம் குறைந்து கொண்டேதான் வந்திருக்கிறது. என்னைப் பொறுத்தவரை எனது பொதுநல வாழ்வில் - நான் எடுத்துக்கொண்ட வேலையைத் தொடர்ந்து நடத்திவர எவ்வளவோ தேடியும் எனக்கு ஒரு உற்ற தோழரோ கூட்டு வேலைக்கத் தகுதியான, நம்பிக்கையான தோழரோ இன்றுவரை கிடைக்கவே இல்லை.

நான் யார் யாரை ஏற்றவர் என்று கருதினேனோ அவர்கள் மீதெல்லாம் சந்தேகம் கொள்ளும்படி ஏற்பட்டது. சந்தேகம் கொள்ளும்படி ஏற்பட்ட சில நாட்களுக்குள்ளாக அதை அவர்கள் தெரிந்து கொண்டவுடன்

அவர்களாலேயே நான் வஞ்சிக்கப்படவும், அவர்களுடைய ஏமாற்றத்திற்கும் நயவஞ்சகத்திற்கும் ஆளாகவும் ஏற்பட்டது; யாரையும் நம்பமுடியவில்லை; உயிருக்குக் கூடப் பாதுகாப்பு இல்லை என்பதோடு, நான் சாப்பிடும் சாப்பாட்டில்கூட எங்கு விஷம் கலந்திருக்கக் கூடுமோ என்று சந்தேகப்படக் கூடிய நிலை ஏற்பட்டுவிட்டது.

இந்த நிலையில் இயக்கத்தின் கவலை இவைகளைப் பற்றி அலட்சியமாக இருக்கவும் என் மனம் விருப்பப்படவில்லை; ஒருவேளை வயதாகிவிட்டதாலோ என்னவோ தெரியவில்லை. இவ்வளவு நாள் வாழ்ந்ததே போதும் என்று இதுவரை திருப்தி அடைந்திருந்தாலும், இயக்க நிலையை உத்தேசித்து இயற்கைச் சாவு வரும்வரையில் கொஞ்ச காலம் உயிருடனிருந்தால் தேவலைபோல் தோன்றுகிறது. மேலும், நமது தொண்டின் பயனை மக்கள் இப்போதுதான் உணர்ந்து, போற்ற ஆரம்பித்திருக்கிறார்கள் ஆதலால், இந்தச் சமயத்தில் நாம் தற்கொலை செய்துகொள்வதுபோல் அலட்சியமாக இருந்து, இயற்கைக்கு முரணான முடிவுக்கு ஆளாகாமல் - வாய்த்த காலம்வரை இருந்து பணிசெய்தால் நமது இலட்சியம் சீக்கிரம் கைகூட வசதியாயிருக்குமே என்று தோன்றுகிறது. இதோடு இத்தொண்டு, மக்களின் நல்வாழ்க்கைக்கு இன்றியமையாத தொண்டாதலால், இது நமக்குப் பின் என்ன ஆகுமோ என்ற அச்சத்தால், நமக்குப் பின்னும் தொடர்ந்து நடைபெற்றுவர ஏதேனும் ஏற்பாடு செய்துவிட்டுப் போகவேண்டும் என்ற ஆசையும் கலந்துகொண்டு விட்டது.

இதற்காக நான் நம்பின ஆண்கள், எதிர்பார்த்த ஆண்கள் என்னை வஞ்சித்து மோசம் செய்ததைக் கண்டும், நான் எடுத்துக்கொண்ட முயற்சிகளுக்குப் பெரிதும் முட்டுக்கட்டை போடும் சதிவேலைகளால் தோல்வியுற்றேன். யாரையாவது தத்து எடுத்துக் கொண்டு அந்த வாரிசின் மூலம் எனது தொண்டு தொடர்ந்து நடைபெற்றுவர ஏற்பாடு செய்யலாம் என்றும் நினைத்தேன். அந்தத் தத்துக்கும் ஏற்பாடு செய்து, நான் குறிப்பிட்டு, பத்திரமும் வாங்கி நகலும் எழுதிச் சம்பந்தப்பட்டவர்கள் அனுமதியும் பெற்றேன். அந்த சாபா காகிதத்தின் நகல் இன்னும் என்னிடம்தான் இருக்கிறது. கடைசியாக இன்றைய எனது எதிரிகளான துரோகிகள் சிலர், அதை நடைபெற ஒட்டாமல் அச்சிறுவனின் புத்தியைக் கெடுத்து, சதிக் கூட்டத்தில் சேர்த்துக்கொண்டு என் கருத்தை நிறைவேற்றவொட்டாமல் செய்து, என்னை ஏமாற்றமடையச் செய்துவிட்டார்கள். ஆகவே,

மறு ஏற்பாடு செய்ய வேண்டியதாகிவிட்டது.

பிறகு நட்பின் முறையில் யாராவது கிடைப்பார்களா என்று தேடினேன். அதிலும் ஏற்ற ஆள் கிடைக்கவில்லை. சிலர் நம்பக்கூடியவர்கள் ஆனாலும், நான் நம்பிய ஆட்கள் அவ்வளவு பொறுப்பு உடையவர்களாகவோ, செய்கை உறுதி சம்பந்தமாகப் பகுத்தறிவு உடையவர்களாகவோ, பொறுப்புடைய முழு நேரத் தொண்டாற்ற வசதியுடையவர்களாகவோ இருப்பவர்களாகக் கருதமுடியவில்லை. அதனாலேயே நான் இந்த இரண்டு ஆண்டுகளாக 'எனக்கு நம்பிக்கையான ஆள் யாரும், இயக்கத் தொண்டுக்குக் கிடைக்கவில்லையே' என்கின்ற என் கவலையைத் தெரிவித்துக் கொண்டு வந்திருக்கிறேன்.

இதெல்லாம் இன்றைய என் எதிரிகளுக்கு - எதிர்க் கிளர்ச்சிக்காரர்களுக்கு நன்கு தெரியுமென்றாலும், அவற்றைத் தங்கள் விஷம, துரோகப் பிரச்சாரத்திற்குத் திரித்துக் கூறிப் பயன்படுத்திக் கொள்ளுகிறார்கள். நான் யாரையும் நம்பவில்லையென்று - பொறுப்பும் அறிவுமற்ற மக்களிடம் சொல்லி, என் மீது கெட்ட எண்ணம் ஏற்படச் செய்துவிட்டனர். உங்களில் யாரேனும் ஒருவருக்கு ஒரு பொறுப்புள்ள ஆள் வேண்டுமென்றால், ஒரு நம்பிக்கையுள்ள ஆள் வேண்டுமென்றால் உங்களிடம் பழகிக்கொண்டிருப்பவர்களில் மிக முக்கியமானவர்கள் யாரோ, அவர்களைப் பற்றித்தானே நீங்கள் நினைப்பீர்கள்! அப்படி நினைக்கப்பட்டவர் மீது உங்களுக்குப் பூரண நம்பிக்கை ஏற்படவில்லையானால் நம்பிக்கையான ஆள் கிடைக்கவில்லை என்றுதானே நீங்களும் குறிப்பிடுவீர்கள்! அப்படி நம்பிக்கையான ஆள் கிடைக்கவில்லை என்று கூறப்பட்டால் உலகத்திலுள்ள யார்மீதுமே நம்பிக்கையில்லை என்றா அர்த்தப்படும்? நீங்களே சிந்தித்துப் பாருங்கள்! நான் அப்படிக் கூறியதன் உண்மை அர்த்தத்தைக் கண்டு தெளியுங்கள்.

நான் எனக்கு நம்பிக்கையான ஆள் கிடைக்கவில்லை என்பதைத் திருமணத்தின்போது மட்டுமே சொல்லவில்லை; அதற்கு முன்பே இரண்டாண்டுக்கு மேலாக பல இடங்களில் சொல்லியிருக்கிறேன். சுற்றியுள்ள ஆட்கள்மீது நம்பிக்கையில்லை என்று வெளிப்படையாக நான் தெரிவித்துவிடவே, சுற்றியிருந்த நபர்களும் வெளிப்படையாகவே தம் கிளர்ச்சியைத் துவங்கினர். கடைசியாக திருவண்ணாமலையில் நான் தோழர் இராசகோபாலாச்சாரியாரைச் சந்தித்ததையொட்டி, கோவை மாநாட்டிலேயே தவறான பிரச்சாரம் செய்ய ஆரம்பித்தனர்.

அந்த விஷமப் பிரச்சாரம் - தஞ்சை மாணவர் மாநாட்டில் வளர்ந்து காட்டியது. தஞ்சையில் அவர்கள் செய்த விஷமப் பிரச்சாரம் எனது பத்திரிகையிலும் நான் இல்லாதபோது தைரியமான வஞ்சக புத்தியுடன் பிரசுரிக்கப்பட்டுவிட்டது. நான் அதைக் கண்டதும் திடுக்கிட்டுப் போனேன். அந்தச் சமயத்தில் நான் மாவூரில் 'மாணவர் பிரச்சார வகுப்பு' நடத்திக்கொண்டிருந்தேன். அங்கு நான் சர்.சர்மா அவர்கள் வீட்டில் தங்கி இருந்து பிரச்சார வகுப்பு நடத்தியதையும், தங்கள் விஷமப் பிரச்சாரத்துக்கு ஒரு சாதனமாக்கிக்கொண்டு, குற்றம் கூறினார்கள்.

கோவை குறள் மாநாட்டில், திரு.இரத்தினசபாபதி அவர்களைக் கலந்து கொள்ளச் செய்ததைப்பற்றியும், நான் அவர்கள் வீட்டில் தங்கியதைப்பற்றியும் குற்றம் கூறினார்கள். மற்றும், 'என்னைப் பார்ப்பனத் தலைவர்கள் சிலர் காண ஆசைப்படுகிறார்கள். அவர்களுடன் கலந்து பேசப் போகிறேன்' என்று வெளியிட்டதையும் தங்களுக்கு அனுகூலமான சாதனமாக ஆக்கிக்கொண்டு, நான் பார்ப்பனர்களுடனும், பணக்காரர்களுடனும் கூடிக் குலாவ ஆரம்பித்து விட்டேன் என்று குற்றம் கூறினார்கள். இவற்றை ஆதாரமாக வைத்துக்கொண்டே என்னை ஒழித்துவிடலாம் என்று பெரிய கோட்டை கட்டி, அதன்படிதான் பிரச்சாரத்தையும் துவங்கினார்கள்.

இதை அறிந்த நான் உடனே சதிவேலை துவங்கிவிட்டதென்றும், சதி வேலை துவக்கத்தில் சம்பந்தப்பட்டவர்கள் இன்னின்னார் என்றும், அவர்களுடைய யோக்கியதை இன்னதென்றும் விளக்கி - இனி, மக்கள் ஜாக்கிரதையாக இவர்களிடம் நடந்துகொள்ள வேண்டுமென்றும்; இவர்களை நம்ப வேண்டாமென்றும்; இனி இவர்கள் பெயர் நம் பத்திரிகையில் வராது என்றும் - ஒரு குறிப்பு எழுதி நம் பத்திரிகைக்கு அனுப்பினேன்.

அதை எனது பத்திரிகையில் போடாமல் அந்தச் சேதியை உடனே அந்த நபர்களுக்குத் தெரிவிக்கப்பட்டதுடன், எதிரிகளுக்கு வேண்டிய உளவுகள் எனது பத்திரிகைக் காரியாலயத்திலிருந்து தாராளமாக அனுப்பிவைக்கப்பட்டது. அது என் பத்திரிகையில் போடப்படவில்லை என்றும், அது எப்படி எதிரிக்கு உடனே தெரிவிக்கப்பட்டது என்றும், காரியாலயத்தில் பொறுப்புள்ளவர்களைக் கேட்டதில் யோக்கியமற்ற பதிலும், பொய்யான பதிலும் கிடைத்தது. வேறு சில சங்கதிகளும் நடந்தன. அதாவது, ஆசிரியர் பொறுப்பிலிருப்பவர் தான் மட்டுமே அதற்குப் பொறுப்பாளி-

யல்ல என்றும், அதைப் போடவேண்டாமென்று கூறியதாகவும்; மானே-ஜர்தான், உடனே டெலிபோனில் எதிரிக்குச் சேதி தெரிவித்ததாகவும் சொன்னார். நான் சங்கடத்தோடு மானேஜர் பொறுப்பிலிருந்தவரைக் கேட்க, அவர் தனக்கு ஒன்றுமே தெரியாது என்று ஒரே அடியாய் மறைத்துவிட்டார். உடனே, நான் ஸ்தம்பித்துப் போனேன். இப்படி முழுப் பொய் கூறும் ஒருவரை எப்படி இனியும் நம்புவது?

'எதிரிகள் - இவ்வளவுக்கும் வந்துவிட்டார்களே!' என்று பெரிதும் மனவேதனைப்பட்டேன். நான் சிறிதாவது நம்பலாமே என்று கருதிப் பொறுப்பை ஒப்புவித்த நபர்கள், இப்படிச் செய்துவிட்டதால் மனமொ-டிந்து அவசரமாக வேறு ஏற்பாடு செய்யத் துணிந்து, உடனே பதிவுத் திருமண முறைப்படி வாரிசு ஏற்படுத்த முடிவு செய்துகொண்டு, பதிவு ஆபீசுக்குச் சென்று, பதிவுப் பாரம் வாங்கிவந்து, பாரத்தைப் பூர்த்தி செய்து அனுப்பினேன். அது சரியாகப் பூர்த்தி செய்யப்படவில்லை என்று திருப்பி அனுப்பப்பட்டது. அதை மீண்டும் பூர்த்திசெய்து கூடவே இருந்த மிக நம்பிக்கை வைத்திருந்த ஒருவர் மூலம் - 'இரகசியக் கடிதம்' என்று கூறி ரிஜிஸ்ட்ராருக்கு அனுப்பினேன். இரகசியக் கடிதம் என்றால் யாருக்கும் பிரித்துப் பார்க்கவே தோன்றும்; அவரும் அப்படியே பிரித்-துப் பார்த்தார்போல் இருக்கிறது. அவர் இன்றைய எதிரிகளில் ஒருவராக இருந்திருந்தவர் ஆனதால், உடனே மற்ற எதிரிகளுக்கும் அச்சங்கதி-யைத் தெரிவித்துவிட்டார்.

என் காரியாலயத்தில் என் சொந்தக் காரியஸ்தர்களாக இருந்தும் - எனக்கு நண்பர்கள் போல் இருந்து வந்த 100 ரூபாய் சம்பளத்துக்கு மேற்பட்டவர்கள் 5, 6 பேர்கள் உட்பட, பலர் தைரியமாக என் மவுண்ட் ரோடு வீட்டிலேயே கூடிக் கண்டித்து, மற்றும் பல ஆட்களைச் சேர்த்து என்னைக் கண்டபடி வைது, இழித்துக் கூறிக் கண்டனத் தீர்மானமும் நிறைவேற்றினர். தடுத்துப் பேசினவர்களை மிரட்டி அந்தச் சமயத்தில்-தான் சம்பந்தமான மற்ற சில ரிக்கார்டுகளையும் கடிதங்களையும் அவர்-கள் எடுத்துச் சென்று தங்கள் எதிர்ப்பு வேலைக்குப் பயன்படுத்திக் கொண்டனர். பத்திரிகைகளிலும் கண்டித்துப் பல பொய்ச் சங்கதிகளை 'ஜோடித்து' அறிக்கை விட்டனர்; கட்டுப்பாடான எதிர்ப்புப் பிரச்சாரமும் செய்ய முற்பட்டனர்.

என் வீடு தேடி பலாத்காரம் வருமளவுக்கு - நான் கவலையும் பயமும் அடையும் அளவுக்கு எதிர்ப் பிரச்சாரம் உச்சநிலை அடைந்து-

விட்டது. ஊருக்கு ஊர் அறிக்கையும் ஆட்களும் பறந்தனர். இவைகள் என் கருத்துக்களில் பூரண உறுதியும் நினைத்த காரியத்தை உடனே முடிக்காவிட்டால் உயிர்ச்சேதம் ஏற்படலாமோ என்ற அபாயமும் தோன்றச் செய்தன. என் சொந்தக் காரியத்தில் பிரவேசித்து இவ்வளவு மோசமாக நடந்து கொள்ளுபவர்கள் என்ன செய்யத் துணியமாட்டார்கள்? ஆதலால், முடித்துவிடுவோம் காரியத்தை என்று முடித்துவிட்டேன்; பயமற்று உலவுகிறேன்.

எதிர்ப்புக்கு ஏமாந்த பொதுமக்கள் 100-க்கு 75 பேர் - இப்போது அறிவு பெற்றுவிட்டதைக் காணுகிறேன். சிலர் வெட்கப்படுவதையும், வேதனைப்படுவதையும் காணுகிறேன்; அறிகிறேன். தினமும் பல கடிதங்களில் படிக்கிறேன். நான் வாரிசாகச் செய்து கொண்ட மணியம்மை 31 வயதினரும், படித்தவரும், என்னுடன் கூடவே ஆறு ஆண்டுகள் இயக்கப் பணி புரிபவரும், என் நம்பிக்கைக்கு ஆளாகப் பத்திரிகை உரிமை, நிர்வாக உரிமை ஏற்று நடத்துபவரும், பணம் காசு விஷயத்தில் நம்பிக்கையாகப் பொறுப்பாக நடப்பவருமான அப்பேர்ப்பட்டவரை, நான் சட்டப்படியான வாரிசாக - வாழ்க்கைத் துணையாக ஆக்கினால் இதில் யாருக்கு, என்ன குறைவு, கெடுதி, நட்டம், ஒழுக்கக்கேடு என்று யோசித்துப் பாருங்கள்!

> *"இந்தக் காரியத்தால் ஏற்பட்டது இன்ன தவறென்று கூற, குற்றமென்று கூற ஏதேனும் காரணம் காட்டவேண்டுமே, இந்தப் பகுத்தறிவுவாதிகள்! இயக்க நலனை - பொதுத் தொண்டைக் கருதி எனக்கொரு துணை வேண்டுமென்று, என்னுடைய பாதுகாப்புக்காக, என்னுடைய வசதியை உத்தேசித்து, ஒரு ஸ்திரீயை சட்டப்படி எனக்கு உதவியாளராக - உற்ற நண்பராக இருக்க வசதி செய்து கொள்ளுகிறேன். இதில் யாருக்குத்தான் தலையிட உரிமையிருக்க முடியும்? யாருக்குத்தான் தகராறு இருக்கமுடியும்? அப்படி நான் மணந்து கொண்ட பெண் 14 வயதுச் சிறுமியா, அல்லது 15 வயதுச் சிறுமியா? ஏதுமறியாத பெண்ணை ஏமாற்றிச் செய்த காரியமா? வேறு யாருக்காவது உரிமையா? யாருடைய பாதுகாப்பிலாவது இருந்தவரா? தனது நலத்தை,*

தனது வாழ்வைத் தெரிந்துகொள்ள முடியாத, தகுதியில்லாத சிறுபெண்ணா? அல்லது, காசு பணம் காட்டி ஏமாற்றப்பட்-டவரா? என்னை அறியாததா? இல்லையே."

தம் வீட்டாராலேயே ஆறு ஆண்டுக்கு முன் கொண்டுவந்து ஒப்புவிக்-கப்பட்ட பெண் ஆயிற்றே! சொந்த வீட்டிலேயே பூப்படைந்து சுமார் பத்து ஆண்டுகளுக்கும் மேலாக, திருமணம் செய்துகொள்ளாமல், திருமணம் செய்துகொள்வதில்லை என்று பிடிவாதம் செய்துகொண்டிருந்த பெண்; தன் இளமையிலேயே தன் தகப்பனாரோடு இயக்க மாநாடுகளுக்கெல்-லாம் வந்து, இயக்கம் - கொள்கைகளில் பற்றுதல் ஏற்படுத்திக் கொண்டு தனது வீட்டிலும் இயக்கப் பணி செய்து கொண்டிருந்த பெண்; வேலூ-ருக்கு நானும், மற்றும் இயக்கத் தோழர்களும் அவர்கள் வீட்டிற்குச் சென்றிருந்த போதெல்லாம் - இயக்கப் பற்றுதலால் யாவருக்கும் ஏற்ற பணிவிடை செய்துவந்த பெண்; 1938ஆம் ஆண்டு 'இந்தி எதிர்ப்பில்' வேலூர் சிறை சென்றவர்களுக்கெல்லாம் பணிவிடை செய்துவந்த பெண். 1949-ல் தன் தகப்பனார் இறந்த மூன்றாவது மாதத்தில் இருந்து, என்-னோடு ஆறு வருட காலமாகப் பழகிச் சுற்றுப் பிரயாணத்தில் கூடவே இருந்து பிரச்சாரம், காரியதரிசி வேலை, ரிப்போர்ட்டர் வேலை செய்து வரும் பெண்; என்னால் பல தடவை வற்புறுத்தப்பட்டும், அவர் பெற்-றோரால் வற்புறுத்தப்பட்டும் - திருமணம் வேண்டாம் என்று மறுத்து, தனது இயக்கத் தொண்டே பிரதானம் என்று கருதித் தொண்டாற்றி வந்-தபெண்.

அப்படிப்பட்ட ஒரு பெண்ணை ஆறு வருடம் பழகி எனது முழு நம்பிக்கைக்கும் பாத்திரமான ஒரு பெண்ணை - நான் துணைவியாக, நட்பாக, நம்பிக்கைக்கு ஏற்ற வாரிசாக ஏற்றுக்கொள்ளுகிறேன் என்றால், ஒரு கூட்டம் ஏன் ஆத்திரப்பட வேண்டும்? அதில் மற்றவர் பிரவேசிக்க உரிமைதான் ஏது? கூட இருந்து ஒத்து ஊத ஒரு பத்துப் பேர்கள் கிடைத்துவிட்டார்கள் என்பதற்காகவே, எனக்குத் தொல்லை கொடுக்க-வேண்டுமா? தொல்லை கொடுக்க ஏதேனும் நியாயமான காரணம் காட்-டவேண்டுமே? திருமண சேதி விளம்பரமாவதற்கு முன் தேதிவரை - என்மீது துதிபாடிக் கொண்டிருந்துவிட்டுத் தமக்கு வசதி கிடைத்தவுடனே, இவர்கள் என்னை ஒழிக்க முற்படுகிறார்கள் என்றால் - இவர்கள் நாண-

யத்தில், நல்லெண்ணத்தில் எவருக்கும் சந்தேகம் ஏற்படத்தானே செய்யும்? எவ்வளவு கீழ்நிலைக்கு இவர்கள் வந்துவிட்டார்கள்? எவ்வளவு துரோகம் செய்ய இவர்கள் துணிந்துவிட்டார்கள் என்பதைத்தானே இச்செயல் காட்டுகின்றது?

இப்படிப்பட்ட சதிகாரக் கூட்டத்தை மூன்றாண்டாகவே உள்ளத்தில் நம்பிக்கை வைக்காமல் இருந்துகொண்டு, எனக்கு நம்பிக்கையான ஆள்கிடைக்கவில்லை எனக்குப் பின்னாலே சதிகாரர்கள் இருக்கிறார்கள் என்று சொல்லிவந்தது எப்படித் தவறாகும்?

நம் இயக்கத்தின் இன்றைய நிலை என்னவென்று உணர்ந்து பார்த்தலன்றோ தெரியும்? மேல்சாதி, கீழ்சாதி என்கின்ற பேதாபேதம் ஒரு அளவுக்காவது குறைந்திருக்கிறது. பார்ப்பானும் சூத்திரனும் இன்னும் இருக்கிறார்கள் என்றாலும் - 'சூத்திரன்' என்று நம் காதில் படும்படிப் பேச, இன்று ஒரு மேல்சாதிப் பார்ப்பான் அஞ்சவே செய்கிறான். நாடு அந்த நிலைக்குக் கொண்டுவரப்பட்டிருக்கிறது. பதவிகள் பல கைப்பற்றப்பட்டுவிட்டன என்றாலும், இதோடு திருப்தியடைந்துவிட முடியுமா? இன்னும் எவ்வளவோ காரியம் நம்மால் சாதிக்கப் படவேண்டியிருக்கின்றனவே? இன்னும் சூத்திரன் என்பதற்கான ஆதாரங்கள் சாஸ்திரங்களிலும் புராணங்களிலும், சட்டத்திலும் இருந்து கொண்டுதானே இருக்கின்றன? இன்னும் உத்தியோகங்களில் நமக்குச் சரியான விகிதாச்சாரம் கிடைக்காமல்தானே இருந்துவருகிறது? சாமி, மதம், புராணம் பற்றிய முட்டாள்தனம் இன்னும் ஒழியவில்லை.

இப்போதுதான் காங்கிரஸ்காரர்கள் நம் தொண்டின் பயனைச் சிறிது உணர ஆரம்பித்திருக்கிறார்கள்; இப்போதுதான் காங்கிரஸ் தலைவர்கள் பெரும்பாலோர் உள்ளங்களில் சற்று மாறுதல் ஏற்பட்டிருக்கிறது. இந்தச் சமயத்திலா நம் கழகத்தைச் சேர்ந்தவர்கள் நம்மீது கல்லெடுத்துப் போட முன்வருவது? நம் இயக்கம் நல்ல நிலைக்கு வந்து கொண்டிருக்கும் இந்த நேரத்திலா, நம்மவரே நமக்கு நேர் எதிரிகளாவது? கழகத்தை ஒழிக்கத் துரோகம் செய்வது? நீங்களே சிந்தித்துப் பாருங்கள். நமக்கு இதுவரை எதிரிகளாக இருந்துவந்த பார்ப்பனர்களே,

'இன்னும் இந்தப் பார்ப்பனர் - திராவிடர் போராட்டத்தை வளரவிட்டுக் கொண்டிருப்பது புத்திசாலித்தனமாகாது. இருசாராரும் கலந்து பேசி ஒரு முடிவுக்கு வருவதே நல்லது' என்று ஆலோசித்துவரும் இந்த நேரத்திலா, இத்தகைய சதி - வேலைகள் நமக்குள்ளாக நடப்பது? நம்

மக்கள் அதை இனியும் அனுமதித்துக் கொண்டிருப்பதா?

திருவண்ணாமலைக்குப் பாதாளலிங்கக் கோயிலைத் திறக்க வரும் கவர்னர் ஜெனரல், என்னை அங்குவந்து சந்திக்கும்படி தந்தி கொடுக்கிறார் என்றால், அதற்குக் காரணம் என்னவாக இருக்க முடியும்? தனிப்பட்ட காரணம் எவ்வளவு இருந்தாலும், 'தென்னாட்டில் விரைவாகச் செல்வாக்குப் பெற்றுவரும் நம் கழகத்திற்குத் தான் எதிரி அல்லர்' என்று காட்டிக்கொள்ளும் எண்ணமும் இருந்துதானே இருக்கும்! சர்.சர்மா அவர்கள் தன் பங்களாவுக்கு வரும்படி என்னை அழைக்கிறார் என்றால் அவருக்கென்ன உள் காரணம் இருக்கமுடியும்? என்னால் அவருக்கு ஆகக்கூடிய காரியம்தான் என்ன இருக்கிறது? நம் இயக்கத்தைப் பற்றி அவருக்குள்ள மதிப்புதானே!

நான் பார்ப்பனீயம் ஒழியவேண்டும் என்று தினந்தான் பேசிவருகிறேன். என்றாலும், பார்ப்பனர்களின் திருமண அழைப்புகள் இன்னும் வந்துகொண்டுதானே இருக்கின்றன? இதற்கெல்லாம் நம் இயக்கத்தின் வளர்ச்சியும் நேர்மையும்தானே காரணம்? பார்ப்பனர்களின் உள்ளங்களில் ஏற்பட்டுவரும் மாறுதல்தானே காரணம்? இவ்வளவு வசதியும் ஏற்பட்டுவரும் இந்தச் சந்தர்ப்பத்தில், இவ்வளவு வசதி ஏற்படவும் முக்கிய தொண்டனாக இருந்த என்னை ஒழித்துத்தான் ஆகவேண்டுமென்றால், அதற்குக் காரணம் என்னவாக இருக்கமுடியும்? ஒழிந்தேயாக வேண்டும் என்று கூறப்பட்ட நான், அப்படி என்ன துரோகத்தை நம் இயக்கத்துக்கும், பொதுநலனுக்கும் செய்துவிட்டேன்?

எனக்குத் தெரியும்படியாகவே துரோகம் செய்தவர்களையெல்லாம் நான் கழகத்தில் சேர்த்துக்கொண்டிருக்க, என்னையேவா இந்தத் துரோகிகள் ஒழிக்கப் பார்ப்பது? இந்தத் துரோகிகளே இன்னும் சொல்கிறார்களே, 'அய்யாவை ஏமாற்றவா எங்களுக்குத் தெரியாது, நினைத்தால் ஒரு நிமிஷத்தில் எங்களால் ஏமாற்றமுடியும்' என்று. இவ்விதமே கூறிப் பெருமையும் அடித்துக் கொள்ளுகிறார்கள். யாருக்கு என்ன கெடுதி செய்துவிட்டேன், நான் இத்தகைய துரோகத்திற்கு ஆளாக்கப்பட என்ன காரணம்? கெடுதி செய்கிறார்கள் - செய்துகொண்டிருக்கிறார்கள் என்று தெரிந்தும், என்னுடன் இருக்க இவர்களை அனுமதித்துக் கொண்டிருந்தேனே இதுதானே! பலதடவை இவர்களை மன்னித்து இவர்களது சரணாகதியை ஒத்துக்கொண்டிருக்கிறேன். நான் இவர்களை மன்னிப்புக் கேட்டுக்கொள்ள வேண்டுமாமே! எதற்கு? இவர்களை மன்னித்ததற்கா-

கவா? அதுகூடப் போதாதாமே, திருமணத்தை ரத்து செய்ய வேண்டு-மாமே? இதில் எவ்வளவு பெரிய கொலை பாதகக் கருத்து அடங்கி-யிருக்கிறது, பாருங்கள். இதில் விளங்கவில்லையா இவர்களது துரோ-கத்திற்கு - சதிக்குக் காரணம்? பொதுமக்களாகிய நீங்கள் இதை அனுமதித்துக் கொண்டிருக்கலாமா - துளியேனும் ஆதரவு இருக்கலாமா - இத்தகைய சதிகாரர்களுக்கு?

தோழர்களே! நான் உண்மையில் எனது பொதுப்பணி தொடர்ந்து நடைபெற்றுவர வேண்டும் என்றுதான் இந்த ஏற்பாட்டைச் செய்தேன்; இன்னும் சில ஏற்பாடுகளும் செய்ய உத்தேசித்திருக்கிறேன். யார் என்ன நினைத்துக்கொண்டாலும் சரி; யார் என்ன சொல்லிக் கொண்டிருந்தா-லும் சரி; நான் கடமையிலிருந்து அணுவளவும் தவறமாட்டேன். என் தொண்டுதான் எனக்குப் பெரிது; மற்றவர்கள் அதைப்பற்றி என்ன கூறு-கிறார்கள் - என்ன நினைக்கிறார்கள் என்பது எனக்குப் பெரிதல்ல.

எனவே, அது தொடர்ந்து நடைபெற்று வரும் வண்ணம் மற்றவரின் விருப்பு, வெறுப்புப் பாராமல் எனக்குச் சரியென்று படும் எதையும் செய்து கொண்டுதான் வருவேன். எனது 30 ஆண்டு பொது வாழ்வில் ஒருபோதும் எதிர்ப்புக்கு அஞ்சி எனது கொள்கையை மாற்றிக்கொண்-டதில்லை; எத்தகைய ஒழுக்கக்கேடான காரியத்தையும் நான் செய்-ததில்லை. ஏதேனும் அப்படிச் செய்ததாக என்னுடைய எதிரிகளான பார்ப்பனர்களே கூடக் கூறவில்லை.

காங்கிரஸ்காரர்கள்தாம் என்மீது வெறுப்பேற்பட, காங்கிரசிலிருந்து நான் ஏதோ பணம் திருடிக்கொண்டு போய்விட்டதாகக் கூறினார்கள். ஆனால், அவர்களே பிறகு நான் செய்த தொண்டுக்காக என்னைப் பாராட்டி தீர்மானம் நிறைவேற்றித் தாம் செய்த தவறுக்காகப் பிராயச்-சித்தம் செய்துகொண்டு விட்டார்கள். அதாவது, கோயமுத்தூரில் நடந்த மாகாண காங்கிரஸ் கான்பரன்சில், எனது காங்கிரஸ் தொண்டைப் பாராட்டித் தீர்மானம் போட்டார்கள். அவ்வளவு ஒழுக்க மேம்பாட்டு-டன் வாழ்ந்து வந்த எனக்கு இப்போதொன்றும் ஒழுக்கக்கேடாக நடந்து கொள்ளவோ, பொதுமக்களை மோசம் செய்துவிட்டுப் பணத்தை மற்-றொருவருக்குக் கொடுத்துவிடவோ, கொள்கைகளில் இருந்து நழுவவோ எவ்வித அவசியமும் ஏற்பட்டு விடவில்லை.

"யாரேனும் இவ்வேற்பாட்டிற்காக உள்ளத் தூய்மையுடனேயே வருத்தப்படுவதென்றால் எனக்குப் பின் இந்தப் பெண் தனிவாழ்க்கை நடத்தவேண்டி ஏற்பட்டுவிடுமே என்று வேண்டுமானால் வருத்தப்படலாம்; கொஞ்சம் பரிதாபப்படலாம். ஆனால், அதற்குக்கூட அவசியமில்லை. ஏனென்றால், நான் இறந்த மறுநாளேகூட, இந்த அம்மையார் தனக்கு இஷ்டப்பட்ட வேறு ஒருவனை மணந்துகொண்டுவிடலாம். இந்துமத தர்மப்படி செய்யப்பட்ட - ரத்து செய்ய முடியாத ஜென்மத் தீர்ப்பான திருமணம் அல்ல இது; பதிவு முறைப்படி செய்துகொள்ளப்பட்ட திருமணம்; எந்த நேரத்திலும் ரத்து செய்துகொண்டு வேறு மணம் செய்துகொள்ளலாம். நான் இன்றும் இந்தப் பெண்ணை அனாதையாக வைத்திருக்கவில்லை; நான் திடீரென்று இறந்துவிட்டாலும் சுகமாக வாழக்கூடிய அளவுக்குச் சிறிது பொருளாதார வசதியும் உண்டு. 'டிரஸ்டு' காரியத்தில் அம்மையார் துரோகம் செய்யாது என்கின்ற நம்பிக்கை எனக்கு உண்டு. அன்றியும், அந்த அம்மையார் சில டிரஸ்டிகளுடன் ஒருவராகத்தான் இருப்பார். என்ன கேடு செய்யமுடியும்? ஆகவே, இந்தப் பெண்ணுக்காகப் பரிதாபப்படவோ, அவநம்பிக்கைப் படவோ இடமோ, அவசியமோ இல்லை."

தோழர்களே! இந்தச் சதிகாரர்களைப் பற்றி நான் கவலைப்படவில்லை. இவர்கள் செய்துவரும் தவறான பிரச்சாரத்திற்காகவும் நான் கவலைப்படவில்லை. இத்தவறான பிரச்சாரத்தால் பாமர மக்கள் ஏமாந்து போய்விடுகிறார்களே என்பதுதான் எனக்குக் கவலையாக இருக்கிறது; சதிகாரர்களின் நியாயமற்ற அநாகரிகப் பிரச்சாரத்திற்குப் பாமர மக்கள் ஆளாகிவிடுகிறார்களே என்பதுதான் கவலையாக இருக்கிறது. இவர்கள் செய்த பிரச்சாரத்தால், பலருக்குக் கழகம் நிலைத்திருக்குமோ என்ற சந்தேகம்கூட வந்துவிட்டது. பெரிய அதிகாரிகள்கூட வருத்தப்பட்டதாகக் கேள்விப்பட்டேன். தங்களுக்குப் பெரிய பாதுகாப்பாக இருந்துவரும் கழகம், தாங்கள் மேல் உத்தியோகத்துக்கு வரவும், தங்களைப் பார்ப்பனர்கள் மதித்து நடக்கவும் பெரும் காரணமாய் இருந்துவரும் கழகம் - எங்கு

இந்தக் கிளர்ச்சியால் செல்வாக்கு இழந்துவிடுமோ என்று ரொம்பவும் கவலைப்பட்டார்களாம். இவர்களின் எதிர்ப் பிரச்சாரம் அவ்வளவு கீழான நிலைக்குப் போய்விட்டது. 'கழகமே, இந்த ஏற்பாட்டால் மாய்ந்துவிடும்' என்று பிரச்சாரம் செய்துவிட்டனர். அதிகாரிகள் கவலைப்படக் காரணம் இருந்தது; நமது கழகம் சர்க்காரால் எவ்வளவு மதிக்கப்பட்டது என்பது அவர்களுக்குத் தெரியும். நாம் ஒரு குறைபாட்டை எங்காவது ஒரு பொதுக்கூட்டத்தில் எடுத்துச் சொன்னால், அது உடனே கவனிக்கப்படு-வது அவர்களுக்குத் தெரியும்.

ஜில்லா கலெக்டர்மீது ஒரு குறைபாடு நம்மால் எடுத்துச் சொல்-லப்பட்டால், உடனே போர்டு மெம்பர் அதுபற்றி நமக்குத் தெரியாமலே விசாரணை நடத்தி ஆவன செய்வது அவர்களுக்குத் தெரியும். ஏன் நாம் எடுத்துக்காட்டும் குறைபாடுகளை உடனே சர்க்கார் கவனிக்கின்-றது? நம்மிடம் சர்க்காருக்கு நம்பிக்கையுண்டு. நாம் உண்மையிருந்தா-லொழிய வெளியில் எடுத்துச் சொல்லமாட்டோம் என்பது அவர்களுக்குத் தெரியும். அதனால்தான், பயந்து உடனே இவ்வளவு கவனிக்கிறார்கள். நல்ல நிலைக்கு நம் இயக்கம் வந்துவிட்டது. இனி இதை யாராலும் ஒழிக்க முடியாது. நாம் இன்னும் சமுதாயத்தில் தாழ்த்தப்பட்டவர்களா-கவே, சூத்திரர்களாகவே இருந்து வருகிறோம். நம் நாடு மேலும் மேலும் வடநாட்டவரால் சுரண்டப்பட்டே வருகிறது. வடநாட்டு ஆதிக்கம் வரவர வளர்ந்து கொண்டேதான் போகிறது.

எனவே, நாம் நம் வேலையைக் கைவிடுவதற்கில்லை. எத்தகைய எதிர்ப்பு வந்தபோதிலும் சமாளித்துத் தொடர்ந்து பாடுபட்டு வரவேண்டி-யதுதான். எவ்வளவு துரோகிகள் தோன்றினாலும் பொதுமக்கள், அறி-ஞர்கள், நடுநிலைமையாளர்கள் ஆதரவு நமக்குத்தான் இருக்கும். இது என் சொந்த அனுபவம். நாம் சூத்திரத் தன்மையிலிருந்து விடுதலை பெற, வடநாட்டார் ஆதிக்கத்திலிருந்து விடுதலைபெற, திராவிடத் தனி நாடடைய முயற்சி செய்தல் வேண்டும். அதற்குப் போதிய சக்தி, வசதி, வாய்ப்பு மக்கள் ஆதரவு எனக்கு உண்டு. என்றாலும், இதற்குக் காங்-கிரஸ் திராவிடர்கள் உட்பட, பார்ப்பனத் தோழர்கள் உட்பட எல்லோரு-டைய ஆதரவும் பெறவே நாம் முயற்சிக்க வேண்டும்; அயராது தொண்-டாற்ற வேண்டும்.

10

நான் ஏன் காந்தியைக் கொன்றேன்?

நாதுராம் கோட்சே

“காந்தி. விமர்சனங்களால் கட்டியெழுந்த வரலாற்றுப் பெயர். தன் ஒடிந்துபோன தேகத்தை தூக்கிக் கொண்டு கிழக்கு மேற்காக அலைந்த அஹிம்சைப் பறவை. வன்முறை வேண்டாமென்று வறட்டுக் கவுரவத்தால் வாய்க் கிழிய பேசிய ஆன்மா, வன்முறையாலே விண்ணுலகம் சென்ற முரண்பட்ட வரலாறு இது.

காந்தி கொலைக்களப்பட்ட மறுகணமே கோட்சே கைது செய்யப் பட்டார். கொலையை நேரில் பார்த்த நந்தலால் மேத்தா, துக்ளக் சாலையில் உள்ள காவல் நிலையத்தில் முதல் தகவல் அறிக்கையை உருது மொழியில் தாக்கல் செய்தார். 1948-ம் ஆண்டின் மே மாதம் தொடங்கிய விசாரணை 1949-ம் ஆண்டின் பிப்ரவரி மாதம் 10-ம் தேதி

வரை நீடித்தது. இறுதியாக கோட்சேவிற்கு தூக்குத் தண்டனை விதிக்கப்பட்டது.

மேல்முறையீடு செய்த கோட்சேவின் வழக்கு விசாரணை, மே மாதம் 5-ம் தேதி சிம்லாவில் நடைப்பெற்றது. அங்கு அதன் கொலைப் பின்னணிகளை வாக்குமூலமாக வெளிக்கொணர்ந்தது வரலாற்று பிரசித்தி பெற்ற ஆவணம் ஆனது. நீதிபதி ஜி.டி.கோஸ்லா பின்னாட்களில் இதை இப்படி பதிவு செய்கிறார், "பார்வையாளர்கள் உறைந்து போனார்கள். கோட்சே தன் பேச்சை நிறுத்தியதும் நீதிமன்ற வளாகத்தில் பெருத்த மவுனம் சூழ்ந்தது. பெண்கள் கண்ணீர் விட்டிருந்தனர். ஆண்கள் இருமிக் கொண்டிருந்தனர். பலர் தன் கைக் குட்டையால் முகத்தை மறைத்து அழுது வடித்திருந்தனர். நான் ஏதோ மெலோடிராமா படத்தில் நடிப்பது போன்றும் ஹாலிவுட் படத்தின் அரங்கேற்ற காட்சி போன்றும் அது தோற்றமளித்தது. எனது அதிகாரம் பறிக்கப்பட்டு, பார்வையாளர்களாலேயே இத்தண்டனைக்கு தீர்ப்பு எழுதப்பட்டதாக உணர்ந்தேன். கோட்சே ஒரு நிரபராதி என்பதை கண்கொட்டாமல் பார்த்து, என் கை பார்வையாளர்களால் தீர்ப்பெழுதச் சொல்லி வற்புறுத்தப்பட்டதை உணர்ந்தேன்." அத்தகு நயமிக்க வாக்குமூலத்தை கோட்சே உதிர்த்திருந்தார்.

காந்தியின் மிக நெருங்கிய நண்பரான வெரியர் எல்வின், இதைச் சற்றே மிகைப்படுத்தி, "சாக்ரடீஸின் நீதிமன்ற பேச்சிற்கு பிற்பாடு இத்தகைய வாக்குமூலத்தை நான் எங்கும் பார்த்ததில்லை" என்றும் பதிவுசெய்தார்.

மதிமயக்கும் அந்த வாக்குமூலத்தில், கோட்சே என்னதான் சொன்னார்? இதோ அந்தப் பேச்சு..''

பயபக்தி உள்ள ஒரு பிராமணக் குடும்பத்தில் பிறந்த எனக்கு, மிக இயல்பாகவே ஹிந்து மதத்தின் மீதும் அதன் வரலாற்றின் மீதும் மதிப்புக் கூடிய மரியாதை இருக்கிறது. சர்வம் பொருந்திய அதன் கலாச்சாரத்தின் மேல் ஆத்மார்த்தமான நம்பிக்கைக் கொண்டிருக்கிறேன். அதனால் ஹிந்துத்துவத்தின் மீது நான் பற்றுக் கொண்டிருக்கும் உள்ளார்ந்த பெருமையில் எந்தவிதமான ஆச்சரியமும் வேண்டாம்.

பெரியவனாக வளர்ந்த பிற்பாடு, எந்த ஒரு அரசியல் மற்றும் மதக் கோட்பாட்டுக்கும் என்னை சுவீகரித்துக் கொள்ளாமல் சுயமாகச் சிந்திக்கத் தொடங்கினேன். மூட நம்பிக்கைகளை முற்றிலுமாக வெறுத்தேன். பிறப்பின் அடிப்படையில் வேற்றுமைக்கு உள்ளாக்கும் தீண்டாமைக்கு எதிராகவும் ஜாதிமுறைக்கு எதிராகவும் என் குரல் மிகத் தீவிரமாக இருந்ததற்கு இதுவும் ஒரு காரணம்.

ஹிந்து மக்கள் எல்லோரும் சம அளவிலான சமூக, மத உரிமைகள் பெற முன்னின்று பாடுபட்டேன். தகுதியினால் அன்றி எந்தவொரு மனிதனும் பிறப்பின் பொருட்டோ செய்தொழில் பொருட்டோ மேல் கீழ் என்று பாகுபடுத்தும் தீயொழுக்கம் கண்டிக்கத்தக்கது என்று நான் கூட்டிய ஜாதி ஒழிப்பு இயக்கங்களில் மிக வெளிப்படையாகப் பேசியிருக்கிறேன்.

சமபந்தி போஜனமுறையை நான் வெளிப்படையாக ஆதரித்தது உங்களில் பலருக்கும் தெரிந்திருக்கலாம். ஹிந்து, பிராமணர், ஷத்திரியர், வைசியர், சமர், பங்கி என ஜாதி முறைகளை தூக்கியெறிந்து ஒரே பந்தியில் நாங்கள் உணவு சுவைத்திருக்கிறோம்.

> *"இந்தியாவின் கற்கால மற்றும் நவீனகால வரலாற்றோடு, உலகின் மிக முக்கியத்துவம் வாய்ந்த இங்கிலாந்து, பிரான்ஸ், அமெரிக்கா மற்றும் ரஷ்ய நாட்டின் வரலாற்று ஏடுகளை நான் படித்திருக்கிறேன். தாதாபாய் நௌரோஜி, விவேகானந்தர், கோகலே, திலகர் இவர்களின் ஒவ்வொரு பேச்சையும் ஒவ்வொரு எழுத்தையும் வரிவிடாமல் வாசித்திருக்கிறேன். மார்க்சிய சோசலிச கொள்கைகள் எனக்கு அத்துப்படி. இருந்தும் இவை எல்லாவற்றையும்விட வீர சாவர்க்கர் மற்றும் காந்தியின் எழுத்துக்கள் என்னை மிகவும் பாதித்தன. மிக ஆழ்ந்துப் படித்தேன்."*

என்னைப் பொறுத்தவரை, இந்திய மக்களின் கடந்த 30 ஆண்டுகால எண்ணவோட்டமும் அதற்குமேற்பட்ட செயல்பாடுகளும் இந்த இரு மனிதர்களின் தனித்த சித்தாந்தத்தில் செதுக்கப்பட்டவை. இப்படியொரு மகத்தான செயலை இம்மண்ணில் வேறெந்த காரணியும் இதுவரை ஈடுசெய்து நான் பார்த்ததில்லை.

என் பரந்துபட்ட படிப்பின் விளைவாக ஒன்றைமட்டும் விடாப்பிடியாக கற்றுக்கொண்டேன். இந்துமதத்திற்கு சேவை செய்வதே என் தலையாயப் பணி. ஒரு தேசபக்தனாகவும், மண்ணின் பிரஜையாகவும் என்னிடம் எதிர்பார்க்கப் படுவதெல்லாம் இதுமட்டுந்தான். சதா 30 கோடி ஹிந்து மக்களின் விடுதலையில்தான் நம் ஒட்டுமொத்த பாரதத்தின் சுதேசிய கனவு மிதந்து கொண்டிருந்தது. கனவு கரைசேர்ந்தால், நம் கண்ணீரும் கரைசேரும். இந்த ஒரு நம்பிக்கை போதாதா? நான் ஒரு முழுமுதல் ஹிந்துத்துவவாதி ஆனேன்.

ஹிந்துஸ்தானின் விடுதலை இந்துமதக் கொள்கையாலன்றி வேறெந்த கோட்பாட்டுக்கும் அடிபணியாது என்பதை மெல்ல மெல்ல உள்வாங்கினேன். மனிதச் சமூகத்தை மேம்படுத்தும் நாள்வரை என் இந்துமதக்

கொள்கை ஓயாது.

லோகமான்ய திலகரின் மறைவுக்குப் பின், அதாவது 1920-களின் பின்னிருந்தே காந்தியின் செல்வாக்கு உயரத் தொடங்கியதை நீங்கள் அறிந்திருப்பீர்கள். பின்னர் அது காங்கிரஸின் உட்சபட்சப் பீடத்தில் அவரை அமரவைத்து அழகுப் பார்த்தது.

பொதுமக்களிடம் சுதந்திர வேட்கையை மூட்ட மிகத் தனித்துவமான திட்டங்களை அவர் கையாண்டார். அஹிம்சையும் உண்மையுமே தன் ஆயுதம் என்றார். தயக்கமின்றி அதை மக்களிடம் சொன்னார். எந்த ஒரு புத்தி சுவாதீனம் உள்ள மனிதராலும் இதை மறுக்க முடியாது! ஆனால் இது நவீனத்துவ திட்டமோ, அசலான திட்டமோ அல்ல. ஒவ்வொரு சட்டப்பூர்வமான பொதுக் கூட்டங்களிலும் இதன் இருட்டுப் பக்கங்கள் வெளிப்படத் தொடங்கின. கரடுமுரடான வேலை செய்து பிழைப்புத் தேடிவரும் இந்த மனித சமூகத்தின் பெரும்பகுதியிலான மக்கள், தன் அன்றாட வேளைகளில் இந்த உயரியக் கொள்கைகளை எப்படி கடைப்பிடிப்பார்கள் என்று நீங்கள் கனவு காண்பீர்களேயானால், நிச்சயம் அது கனவாகவே முடிந்துவிடும்! ஒருவேளை உங்கள் வறட்டு கவுரவம், சுயராஜ்ய நம்பிக்கை, சொந்த பந்தம் மீதுள்ள அளப்பரியாத அன்பு, தேச விடுதலை போன்ற காரணிகள் உங்களை இந்த அஹிம்சை பாதைக்கு வலுக்கட்டாயமாக அழைத்துச் செல்லலாம்.

ஆங்கிலேயரின் அநீதிக்கு எதிராக ஆயுதம் ஏந்திப் போராடுவது என்பது முறையானது அல்ல என்று அவர் கூறுவதை என்னால் ஒருபோதும் ஏற்கமுடியாது. ஆங்கிலேயரை எதிர்ப்பதே இந்து மதத் தர்மம். அதுவே நம் தார்மீகக் கடமை. தேவைப்படும் இடத்து நம் பலத்தைப் பிரயோகிக்க தயங்கி நின்றால், வெற்றிக்கு நாம் செல்லும் வழி வெகுதூரத்திற்கு போய்விடும்.

குரூரமான ஒரு சண்டையின் மூலம் இரவாணனை தோற்கடித்தப் பின்தான் இராமதேவன் சீதாதேவியை மீட்டார். மகாபாரதத்திலும் கூட தன் கேடுகாலத்தை முடிவுக்குக் கொண்டுவர கிருஷ்ணப் பெருமான், கம்சாவை கொலைசெய்யவே துணிந்திருக்கிறார். தன் நிலங்களை ஆக்கிரமித்த பீஷ்மரை போர்க்களத்தில் கொல்லுதற்கு அர்ஜுனன் சற்றும் தயங்கவில்லை. அதைத் தடுக்க முற்பட்டது தன் உறவினர்களே ஆயினும் நண்பர்களே ஆயினும் அர்ஜுனன் கொன்றுப் புதைத்தான்.

"ராமர், கிருஷ்ணர், அர்ஜுனர் இவரெல்லோரும் வன்முறையின் வடிவொழுகாக நம் மனதில் பதிந்திருக்கும் போது, அஹிம்சை வழியில் செல்லலாம் என நம்மை அழைத்துச் சென்ற மகாத்மா - பெரும் துரோகப் படுக்கையில் கிடத்திவிட்டார்" என்பது என் அசைக்கமுடியாத நம்பிக்கை.

மிகச் சமீபத்திய வரலாற்றில் கூட சத்ரபதி சிவாஜியின் வீரம் நிறைந்த சண்டைதான் இஸ்லாமிய கொடுங்கோன்மையை தடுத்தது, பின்னர் அதை முற்றிலுமாக ஒழித்தது. அப்சல் கானின் முரட்டுத்தனங்களை மூட்டைக்கட்ட, சிவாஜியின் போர்த் தந்திரங்கள் இன்றியமையாதததாய் இருந்தன. தன் உயிரையே துச்சமாக எண்ணி அப்போரில் அவர் வெற்றிப்பெற்றார். அப்பேர்பட்ட சிவாஜி, ராணா பிரதாப், குரு கோவிந்த் சிங் போன்றோரை வழிதவறிய தேசபக்தர் என்று பிரகடனம் செய்வதன் மூலம் தன் சுய ஆணவத்தை காந்தி வெளிப்படுத்தினார்.

ஒருவேளை முரணாகத் தோன்றினாலும் இதுதான் உண்மை, தன்னையொரு வன்முறை சமாதானவாதியாகக் காட்சிப்படுத்திக் கொண்டு உண்மையின் பெயரிலும், அஹிம்சையின் பெயரிலும் எண்ணிலடங்காத பேரிடர்களை இந்நாட்டில் அவர் ஈவு இரக்கமின்றி ஏற்படுத்தி வந்தார். அதற்குக் காரணம் நம் நாட்டு மக்கள் இன்றளவும் சிவாஜி, ராணா பிரதாப், கோவிந்த் சிங்கின் விடுதலை முன்னெடுப்புகளை மனதில் வைத்துப் போற்றுகின்றனர்.

நான் திரட்டி வைத்த 32 வருட ஆத்திரங்களும், இறுதியாக அவர் பூண்ட முஸ்லிம் சார்பு உண்ணாவிரதத்தில் வெளிப்பட்டது. "காந்தி உடனடியாக கொல்லப்படவேண்டும்" என அந்தக் கணமே நான் முடிவு செய்தேன். இந்தியரின் உரிமையை நிலைநாட்டுதற்கும், அவர்தன் நலனைப் பாதுகாப்பதற்கும் தென்னாப்பிரிக்காவில் நடந்தேறிய காந்தியின் போராட்டங்கள் பிரம்மிக்கத் தக்கவை. ஆனால் இந்தியா வந்த கணம், "இத்தேசத்தில் தன்னொருவன் கருத்திற்கே முக்கியத்துவம் வழங்கப்பட வேண்டுமென அவர் விரும்பினார். தேசத்தின் ஒட்டுமொத்த நலனுக்கும் சரி - தவறு என்ற முடிவெடுக்கும் அதிகாரத்தை ஏகபோகமாக தனக்கே உரிமையாக்கிக் கொண்டார்."

இந்தத் தேசம் காந்தியின் தலைமையை ஏற்க விரும்பினால், அவரின் தவறுகளையும் நாம் ஏற்றுக்கொள்ள வேண்டுமாம்; ஒருவேளை மறுத்தால் காங்கிரசில் இருந்து வெளியேறி தன் போக்கில் அவர்

செயல்படுவாராம். இப்பேர்பட்ட மனப்பான்மை உள்ளவரிடம் மத்தியஸ்தம் பேச என்ன இருக்கிறது? ஒன்று - காங்கிரஸ் தன் ஏகபோக உரிமைகளை காந்தியாரிடம் கைமாற்றிவிட்டு அவர் சொல்லிவரும் விசித்திர வாதங்களுக்கும், மெய்யியல் கோட்பாடுகளுக்கும், பிற்போக்குப் பார்வைக்கும் ஒத்து ஊதி பிழைப்பு நடத்தலாம். இல்லையென்றால் காந்தியை விட்டுவிட்டு காங்கிரஸ் மட்டும் சுயாதீனமாகப் பிழைப்பு நடத்தலாம். எந்த விஷயம் நடந்தாலும், அது எந்த நபரை பாதித்தாலும் காந்தி மட்டுமே நீதிபதி. சட்டமறுப்பு இயக்கத்தின் மூளையே அவர்தான். அதன் தொழில்நுட்பங்கூட யாருக்கும் தெரியாது. எங்கு தொடங்கி எங்கு முடிக்கவேண்டும் என்பதும் அவர் கையில்தான் இருக்கிறது. அந்த இயக்கம் வெற்றிப் பெறுகிறதோ தோல்வி அடைகிறதோ - எதிர்பாராத பேரிடரோ அரசியல் காழ்ப்புணர்வோ மகாத்மாவின் கருத்தில் எவ்வித மாற்றமும் இருக்காது. அவரைப் பொறுத்தவரை, "ஒரு சத்தியாகிரகி எப்போதும் தோற்க மாட்டான்." இந்த ஒரு சூத்திரத்தால் அவர்தன் எல்லா தோல்வியையும் மூடிமறைத்தார். உண்மையில் அந்த சத்தியாகிரகம் என்னவென்று அவரைத் தவிர வேறு யாருக்குமே தெரியாது!

இப்படியாக தானே ராஜா தானே மந்திரியென சர்வம் பொருந்திய சர்வாதிகாரியானார். காந்தியின் பித்துப்பிடித்த குழந்தைத்தனமும் பிடிவாதக் குணமும் ஒன்றிசேர வாய்க்கப் பெற்றதாலும், அவரின் சிக்கனம் கலந்த அயரா உழைப்பின் மேல் நல்லொழுக்க போர்வை வீசப்பட்டிருப்பதாலும் உறுதியான - மறுக்கமுடியாத யுகப்புருஷராக காந்தி உருவெடுத்தார்.

காந்தியின் அரசியல் அறிவுப்பூர்வமானது அல்ல; பகுத்தறிவானது அல்ல என பலர் அறிந்திருந்தார்கள். அத்தகையோருக்கு இரண்டு வாய்ப்புதான் இருந்தன. ஒன்று காங்கிரஸிலிருந்து வெளியேற வேண்டும். இல்லையெனில் தன் ஒட்டுமொத்த அறிவையும் மூட்டைக்கட்டி காந்தியின் காலடியில் குழித்தோண்டி புதைத்துவிட்டு, அவர்தன் சொல்பேச்சுக்காக காலமெல்லாம் காத்திருக்க வேண்டும். இத்தகையப் பொறுப்பற்ற நிலையில் காந்தி தவறுக்குமேல் தவறுகளை இழைத்துக் கொண்டிருந்தார். அவர் என்ன செய்தாலும் தோல்விக்கு மேல் தோல்வி. வரலாற்றுப் பேரிடர்களை மிகப் பக்குவமாக அவர் வரைந்து கொண்டிருந்தார்.

இந்தியாவின் தேசிய மொழி குறித்தான கேள்வியில், காந்தியின் முஸ்லிம் சார்பு மனப்பான்மை மிக வக்கிரமாக வெளிப்பட்டது. இந்தி

மொழிக்கு பூர்வாங்க அங்கீகாரம் உள்ளதை நாம் எல்லோரும் அறிவோம். அதுவே இந்நாட்டின் ஆட்சிப் பீடத்தில் அமர சகல உரிமையும் பெற்றிருக்கிறது. தன் தொடக்கக் காலத்தில் கூட இந்தி மொழிக்குத்தான் முக்கியத்துவம் கொடுத்து வந்தார், காந்தி. ஆனால் அது இஸ்லாமியருக்கு பிடிக்கவில்லை என்றதும், ஹிந்துஸ்தானி என்றொரு புதிய பாஷையை ஆதரிக்கத் தொடங்கினார். இப்படியொரு பாஷையே இல்லையென இந்தியாவில் உள்ள சகலரும் அறிவர். ஹிந்துஸ்தானியில் எழுத்து இல்லை; இலக்கணம் இல்லை; சொற்கள் இல்லை. அது வெறும் பேச்சுமொழி. ஹிந்துஸ்தானியே ஹிந்து - உருது கலப்பினால் தோன்றிய ஒரு முறைதவறிய மொழி. மகாத்மா சொல்வதைப் போல, எந்த ஏமாற்று வாக்குறுதியாலும் அம்மொழி மேம்படாது.

வெறுமனே இஸ்லாமியர்களோடு இணக்கம் அடையும் பொருட்டு, ஹிந்துஸ்தானி பாஷையே இந்தியாவின் அதிகாரப்பூர்வ தேசிய மொழியாகுமென காந்தி பிரகடனப்படுத்தினார். அவரின் குருட்டு ஆதரவாளர்களும் இதை ஆதரிக்கத் தொடங்கினர். இப்படி வந்ததுதான் இந்தக் கலப்பின மொழி! இஸ்லாமியரை இணங்கவைக்க கவர்ச்சிகரமான நம் இந்தி மொழியின் சுத்தத்தன்மை சிதைக்கப்பட்டது. இந்து மக்களின் பொதுநலன்மேல் போட்ட பாறையில்தான் காந்தியாரின் எல்லாவித சோதனைகளும் மேற்கொள்ளப்பட்டன.

1946-ம் ஆண்டின் ஆகஸ்ட் மாதத்திலிருந்து முஸ்லிம் லீக்கின் தனியார் இராணுவப்படை தன் வேட்டையை தொடங்கியது. கண்ணில் பட்ட இந்துக்களை எல்லாம் இரத்தம் சொட்டக் கொன்று தீர்த்தது. கொலை, கற்பழிப்பு, தீக்கிரை - என எல்லாம் கண்டு அதிர்ச்சியடைந்த வைசிராய் வேவல் பிரபு, 1935-ம் ஆண்டு இந்திய அரசுச் சட்டம் தனக்களித்த எவ்வித அதிகாரத்தையும் பயன்படுத்தி நடவடிக்கை மேற்கொள்ள மறுத்துவிட்டார். கராச்சி முதல் வங்காளம் வரை இந்துக்களின் இரத்தம் காவு வாங்கப்பட்டது. அங்கங்கு சில இந்துக்கள் பதில் தாக்குதல் செய்தனர்.

செப்டம்பரில் அமைந்த இடைக்கால அரசு, முஸ்லிம் லீக் உறுப்பினர்களை தன் அங்கமாக்கிக் கொண்டதன் மூலம் தானே தன் தலைமேல் மண்ணைவாரிப் போட்டுக்கொண்டது. எந்த அளவுக்கு அவர்கள் அரசின் மீது விசுவாசமற்று போகிறார்களோ, துரோகம் செய்ய முயலுகிறார்களோ அந்த அளவுக்கு காந்தியின் அறிவற்ற மோகம் இஸ்லாமியர்

மீது வளரத்தொடங்கியது. இந்தியாவில் அமைதி நிலைநாட்ட முடியாத-தால், வேவல் பிரபு இராஜினாமா செய்ய வேண்டியதாயிற்று. அவரைத் தொடர்ந்து மவுண்ட்பேட்டன் பிரபு வந்தார். இங்கிலாந்திலும் ஓர் ஆட்சி மாற்றம். லாக்'கை (Log) தொடர்ந்து ஸ்டார்க் மன்னரானார்.

தேசியவாதப் பெருமை பேசி சோசலிசத்தில் குளித்து எழும் காங்-கிரஸ் கட்சி, பாக்கிஸ்தான் பிரிவினையை எழுத்துப்பூர்வமாக ஏற்றுக் கொண்டது. துப்பாக்கி முனையின் முன்னதாக அதனால் வேறு என்ன செய்ய முடியும்?

இந்தியா துண்டாடப்பட்டது. தாய்நாட்டின் சுதந்திரத் தினத்தில், அதே தாய்நாட்டின் 3-ல் 1-பங்கு நிலம் அந்நிய தேசமானது. காங்கிரஸ் வட்டாரங்களால், இந்த நாடு கண்ட மிக சாமர்த்தியமான வைஸ்ராய் என்று மவுண்ட்பேட்டன் பிரபு பெருமை பேசப்பட்டார். அதிகார மாற்-றத்திற்கென முன்னர் தேர்ந்தெடுத்த 1948-ம் ஆண்டின் ஜூன் மாதம் 30-ம் தேதியை ஓரங்கட்டிவிட்டு, பத்து மாதங்களுக்கு முன்பே இந்தி-யாவைப் பிரித்துக் கொடுக்கும் மனசாட்சி அற்ற தார்மீகப் பொறுப்பை மவுண்ட்பேட்டன் மனதார ஏற்றுக்கொண்டார். 30 ஆண்டுகளாக சர்வா-திகாரம் செய்துவந்த காந்தியின் சாதனை இதுதான். 'விடுதலை' என்றும் 'அஹிம்சையான ஆட்சிமாற்றம்' என்றும் காந்தியவாதிகள் உட்பட காங்-கிரஸ்காரர்களும் இத்தனை நாட்களாக உழைத்தது இதற்குதான்.

இந்து - முஸ்லிம் ஒற்றுமை சில்லு சில்லாக வெடித்துச் சிதறியது. நேருவின் ஒத்துழைப்பால் ஒரு சமயச் சார்பான தேசம் நம் அருகில் உதயமானது. இதை அவர்கள் 'இஸ்லாமியரின் தியாகத்தால் ஏற்பட்ட தேசம் என்கிறார்கள்.' - உண்மையில் யாரின் தியாகத்தால் அத்தேசம் ஏற்பட்டது? இந்துக்களின் தியாகத்தால். பலகோடி இந்துக்களின் தியா-கத்தால்!

பெரும் வணக்கத்திற்குரிய நம் இந்திய தேசத்தை காந்தியவாதிகளும் காங்கிரஸ்காரர்களும், காந்தியின் ஒப்புதலோடே கிழக்கும் மேற்குமாய் பிரித்துக் கொடுத்த பிற்பாடு 'விடுதலைப் பெற்றுவிட்டோம்' , 'சுதந்திரம் அடைந்து விட்டோம்' என ஆடுகிறார்களே! என்னவிதமான மனோ-நிலை இது? என் போன்ற தேசாபிமானிகளின் மனம் முழுக்க தீராத பகையும், ஆராத கோபமும் நிறைந்திருக்க, இவர்களால் எப்படி கொண்-டாட்டத்துடன் ஆடமுடிகிறது?

"டெல்லியில் உள்ள மசூதி ஒன்றை ஹிந்து அகதிகள் சிலர் ஆக்கிரமித்த போது, சாகும்வரை உண்ணாவிரதம் இருக்கப்போவதாக காந்தி அறிவித்தார். ஆனால் அதே நபர், பாக்கிஸ்தானில் சிக்குண்ட இந்து மக்கள் பல்வேறு இன்னலுக்கு ஆளானபோது அந்நாட்டு அரசைக் கண்டித்தோ, இஸ்லாமியரை நிர்பந்தித்தோ ஒற்றை வார்த்தைக் கூட உதிர்க்கவில்லை! ஒருவகையில் காந்தி புத்திசாலிதான். "ஒருவேளை இந்து மக்களை காப்பதன் பொருட்டு இஸ்லாமியர்களை நிர்பந்தித்து, சாகும்வரை உண்ணாவிரதம் இருந்திருப்பாரேயானால், அவரின் இறப்புக்கு வருத்தப்படும் ஒரு இஸ்லாமியரைக் காண்பதும்கூட அவருக்கு மிக அரிதாகப் போயிருக்கும்" இதை அவர் நிச்சயம் அறிவார்."

இதன் காரணத்தால்தான் சூசகமாக விலகிவிட்டார். தன்னுடைய உண்ணாவிரதத்தால் ஜின்னா கடுகளவும் காயப்படமாட்டார் என்ற செய்தி காந்திக்கு நன்றாகத் தெரியும். அதுபோக முஸ்லிம் லீக்கிற்கு காந்தியின் ஆழ்மன கருத்தாடலைப் பற்றி கொஞ்சமும் அக்கறையில்லை.

காந்தியை தேசப்பிதா என்று குறிப்பிடுகிறார்கள். அது ஒருவேளை உண்மையாயின், தகப்பனுக்குரிய எவ்வித கடமையும் அவர் ஈடுசெய்ய வில்லை என்பதை என்னால் உறுதிபடச் சொல்ல முடியும். தன் வீடு பிரிவினைக்கு உள்ளாவதை வஞ்ச மனப்பான்மையோடு ஏற்றுக்கொண்ட ஒருவனுக்கு தகப்பன் ஸ்தானம் கொண்டாட என்ன உரிமை இருக்கிறது? தன்னை பாக்கிஸ்தானின் தந்தையாகவே அவர் நிரூபித்திருக்கிறார்.

அவரின் ஆழ்மனக் குரல், ஆன்ம ஆற்றல், அஹிம்சைக் கொள்கை இவையெல்லாம் இரும்புக்கரம் கொண்ட ஜின்னாவின் எண்ணவோட்டத்தின் முன் சுக்குநூறாகி செயலற்றுப் போய்விட்டது.

சுருங்கக் கூறினால், "என்னை நானே முன்சென்று பார்த்தேன். ஒருவேளை நான் காந்தியைக் கொன்றால், என் வாழ்க்கை முழுதும் பாழாகிவிடும். மக்களிடம் பெருத்த வெறுப்பை சம்பாதித்திருப்பேன். கவுரவம். ம்ம் ஹூம் துளியும் மிச்சமிருக்காது. அதே சமயம் காந்தியின் இழப்பு ஒன்றும் இந்திய அரசியலை அத்தனைப் பாடுபடுத்திவிடாது. நிச்சயம் செயலாற்ற முடியும். ஒருவேளை துவண்டு போனாலும், எழுச்சி பெறும்

சக்தி இத்தேசத்திற்கு உண்டு. துப்பாக்கி ஏந்திய வீரர்கள் இனி இந்நாட்டை காப்பார்கள்."

என் எதிர்காலம் சீரழிவதில் துளியும் சந்தேகமில்லை. போனால் போகட்டும். ஆனால் பாக்கிஸ்தானின் அத்துமீறல்களில் இருந்து என் தேசம் இனி பாதுகாக்கப்படும் அல்லவா? அறிவு கெட்டவன் என்றோ, பைத்தியக்காரன் என்றோ என் மக்கள் இனி என்னை விளிப்பார்கள். இருந்துவிட்டு போகட்டும், இத்தேசம் எழுப்பப்பட்டதன் அச்சாணிக் காரணத்தை எந்தத் தடங்கலும் இல்லாமல் இனி இந்தியா பின்பற்றும் அல்லவா? ஆரோக்கியமான தேசம் கட்டியெழுப்பப் பட இத்தகு தியாகங்களை நாம் ஈடுசெய்ய வேண்டிவரும். இதையெல்லாம் மனதில் நிறுத்திக் கொண்டுதான், இந்த இறுதிமுடிவை நான் ஏற்கத் துணிந்தேன்.

இதைப் பற்றி யாரிடமும் மூச்சு விடவில்லை. 1948-ம் ஆண்டு ஜனவரி மாதம் 30-ம் தேதி அன்று பிர்லா விடுதியின் வழிபாட்டு மைதானத்தை திட மனதோடு நெருங்கினேன். தைரியம் பொருந்திய என் இரு கைகளாலும் காந்திஜியை சுட்டுக் கொன்றேன்.

தன் தனித்த கொள்கையாலும் மனம் உவந்த செய்கையாலும் இலட்சக்கணக்கான இந்துக்களை காவு வாங்கிய ஒருவனைதான் நான் சுட்டுக் கொன்றேன். எவ்வித சட்டப்பூர்வ இயந்திரத்தாலும் இவர் செய்த குற்றத்தை நிரூபிக்க முடியாது என்பதை நான் அறிவேன். அதனால்தான் அக்கொடிய தண்டனை.

தனிப்பட்ட முறையில் நான் எவ்வித அவப்பெயரும் சுமந்ததில்லை. தற்போதைய அரசின் மீது எனக்குத் துளியும் நம்பிக்கை இல்லை. இஸ்லாமியரின் நலனையே அது பாரபட்சமன்றிப் பேணிக் காக்கிறது. ஆனால் அதே சமயம் இவையெல்லாம் காந்தியின் ஏற்பாடு என்பதும் என்னால் புரிந்துகொள்ள முடிகிறது.

வருத்தம் தாங்கிய வார்த்தையால் நேரு பற்றி ஒன்று குறிப்பிடவேண்டும். தன் கொள்கையும் உபதேசமும் காலாகாலத்திற்கு மாறுபட்டு வருவதை கொஞ்சமேனும் நேரு கருத்தில் கொள்வாரா? இந்தியா சமயச் சார்பற்ற தேசமென்று ஒருவரிடமும், சமயம் தழுவிய தேசமென்று மற்றொருவரிடமும் நேரத்திற்கு தகுந்தபடி சொல்லிவருகிறாரே! ம்ம்ஹூம் இதிலென்ன அதிசயம். பாக்கிஸ்தானின் இஸ்லாமிய அரசு அமைவதில் நேருவின் பங்குதான் எத்தனைப் பெரியது! கூடவே காந்தியின் இஸ்லாமிய மன்னிப்புக் கொள்கைவேறு இதைத் துரிதப்படுத்திவிட்டது.

என் முழு செயல்பாட்டையும் ஒப்புக்கொள்ளும் பொருட்டே, இந்நீ-திமன்றத்தின் முன் நான் சரணடைகிறேன். நீதிபதி அவர்களே, சட்டப்-படியான தண்டனை எதுவோ - அதுவே எனக்கு வழங்கப்படும் நீதியா-கட்டும். ஒன்றை மட்டும் சொல்லிக் கொள்ள விரும்புகிறேன், "என் மீது தயவு கூர்ந்து கருணை காட்டாதீர்கள். என் சார்பாக வேறு யாரேனும் கருணை காட்டச் சொல்லி கேட்டால் அதை நான் ஏற்க மறுக்கிறேன்!" நான் செய்த காரியத்தை எதிர்த்து அடுக்கடுக்கான விமர்சனங்கள் எழுந்தபோதும், என் ரீதியான அறத்தில் நான் விடாப்பிடியான நம்-பிக்கை வைக்கிறேன். சந்தேகமேயில்லை, எதிர்காலத்தில் வரும் கண்-ணியமிக்க வரலாற்று ஆசிரியர்கள் என் பார்வையை வெட்டவெளிச்சம் ஆக்குவார்கள். வரலாறு என்னை அறியும்!

11

எனக்கு ஒரு கனவு இருக்கிறது

மார்ட்டின் லூதர் கிங் ஜுனியர்

"மார்ட்டின் லூதர் கிங். முற்போக்கு வரலாற்றின் முழுமுதற் வடிவம். கறுப்பின மக்களின் பாதுகாவலன். இனத் துவேஷம் எதிர்த்த மதபோதகர். அமெரிக்கவாழ் காந்தியவாதி. இவ்வாறு பல பட்டங்களுக்கு பொருத்தமான, பல்துறை வித்தகர்.

அடிமைப்பட்டுக் கிடந்த அமெரிக்கவாழ் ஆப்ரிக்கர்களை புரட்சித் தீ கொண்டு விழிப்படையச் செய்த மகான். இருளை ஒளி கொண்டு விரட்டுவதுபோல, வெறுப்பை அன்பு கொண்டு அரவணைத்தவர். நீதியின் கரங்கள் நீக்கமற நிறைந்திருந்தாலும், துளியளவு அநீதி அதை கேள்விக்குள்ளாக்கும் என்ற தத்துவஞானி.

உலக வல்லரசாகத் திகழும் அமெரிக்காவின் அழுக்குகளை தனியொருவராக முன்னின்று சுத்தப்படுத்தியவர். இத்தனைப் பாரங்களையும் தலைமேல் போட்டுக்கொண்டு -

பெரும் கனவு ஒன்றை சுமந்துகொண்டிருந்தார்.

1963-ம் ஆண்டு ஆகஸ்ட் 28-ம் நாள் வாஷிங்டனில் உள்ள லிங்கன் நினைவிடத்தின் முன்னால் மார்டின் லூதர் கிங் பேச்சைக் கேட்க 2,50,000 மக்கள் ஒன்றுகூடியிருந்தனர். அதில் 60,000 பேர் வெள்ளையின மக்கள்.

தடித்த குரலில் தொடங்கிய மார்ட்டினின் பேச்சு இறுதிக்கட்டத்தை நெருங்கும்போது தழுதழுத்தது. உலகின் தலைசிறந்த பேச்சுக்களின் வரிசையில் 20-ம் நூற்றாண்டில் அசைக்கமுடியாத இடத்திலிருக்கும் மார்ட்டினின் பெருங்கனவுப் பேச்சு இதோ..''

இந்த நாள், நம் தேசத்தில் மாபெரும் விடுதலை வேண்டும் ஆர்ப்பாட்டம் நிகழ்ந்த தினமாக வரலாற்றில் இடம்பெற போகிறது. உங்களில் ஒருவனாக இணைந்து கொண்டு, இத்தகைய கண்டனப் போராட்டத்தில் அநீதிக்கு எதிராகக் குரல் கொடுப்பதில் நான் பெருமகிழ்ச்சி அடைகி-

றேன்.

ஆபிரகாம் லிங்கன் என்றொரு அசாத்திய மனிதரின் நினைவிடத்தின் முன்னால் நாம் விடுதலைக்குப் போராடுவது என்பது சாலச் சிறந்தது. ஏனெனில் நூற்றாண்டுகளுக்கு முன் அவர் கையெழுத்திட்ட விடுதலைப் பிரகடனந்தான் இலட்சோபலட்ச நீக்ரோ மக்களை சக மனிதராக அங்கீகரித்தது. அநீதி இருளில் உழன்று கொண்டிருந்த நம் கருப்பின மக்களுக்கு ஒளிக் கீற்றாய் மிளிர்ந்து நம்பிக்கை அளித்தது. சிறையில் அறையப்பட்ட நம் நீண்ட இரவை முடிவுக்கு கொண்டுவந்த மகிழ்ச்சியான விடியல் அது.

ஆனால் 100 ஆண்டுகளை கடந்த பின்னரும் கூட நீக்ரோக்கள் இன்னும் சுதந்திரம் அடையவில்லை என்பதை நாம் துக்கத்தோடு ஒப்புக்கொள்ள வேண்டிவரும். 100 ஆண்டுகளுக்குப் பின்னும் பிரிவினையின் சூழ்ச்சியாலும் - தீண்டாமையின் கோரமுகத்தாலும் நீக்ரோக்கள் பழி தீர்க்கப்படுகின்றனர். 100 ஆண்டுகளுக்குப் பின்னும் இந்தச் செல்வம் கொப்பளிக்கும் பெருங்கடலின் மத்தியில் வறுமை வாட்டும் நம் பாழடைந்த தீவில்தான் அனலிடைப் புழுவாய் மெலிந்து வருகிறோம். நூறாண்டுகளுக்குப் பின்னும் இத்தேசத்தின் மூலை முடுக்குகளில்தான் நாம் மூச்சிறைக்கிறோம். தாய் நாட்டில் வாழும் நம் அகதி வாழ்க்கையை இனி இந்த உலகிற்கு உரக்கச் சொல்வோம். அதற்கே இந்தக் கூட்டம்.

அமெரிக்கா நமக்கு அளித்த ஒரு காசோலையை பணமாக்குவதன் பொருட்டே, அதன் தலைநகர் நோக்கி நாம் படையெடுத்திருக்கிறோம். இந்தப் பிரம்மாண்ட தேசத்தின் குடியாட்சியை கட்டமைத்து, அதன் சட்டப் புத்தகத்தை எழுதி அமல்படுத்தும் முன் ஒவ்வொரு அமெரிக்கருக்கும் ஓர் உறுதிமொழி பத்திரத்தை நம் முன்னோர்கள் எழுதிக் கொடுத்தார்கள். அதன்படி கண்ணியமாக வாழும் உரிமை, சுதந்திரமாக நடமாடும் உரிமை, மகிழ்ச்சியை நோக்கி நகரும் உரிமை இம்மண்ணின் ஒவ்வொரு பூர்வக்குடிக்கும் - அவர்தம் சந்ததிக்கும் மிகப் பத்திரமாய் வழங்கப்பட்டிருக்கிறது.

ஆனால் அந்த உறுதிமொழி பத்திரத்தை சொன்னபடி செயல்படுத்த அமெரிக்கா தவறிவிட்டது. தன் குடிமக்களுக்கு உரிமைகள் மீதான உத்தரவாதத்தை நிறத்தின் அடிப்படையில் தருவதே முறையென இந்நாடும் இந்நாட்டு மக்களும் கருதுகின்றனர் போலும்.

அமெரிக்க அரசு கொடுத்த அந்த வெற்று காசோலைப் பத்திரத்தை, "போதுமான பணம் இல்லை" என்ற காரணம் சொல்லி திருப்பி அனுப்பிவிட்டனர். ஆனால் இந்த நீதி வழங்கும் வங்கி - நிதி இல்லையெனச் சொல்வதை நாங்கள் நம்ப மறுக்கிறோம். இந்தத் தேசத்தின் நம்பகத்தன்மையான பெரும் வாய்ப்புக் களஞ்சியத்தில் நிதி இல்லையென்பதை நாங்கள் ஏற்க மறுக்கிறோம்.

அதனால்தான் நீதியின் பெயரிலும் - சுதந்திரத்தின் பெயரிலும் அடகு வைக்கப்பட்ட இந்தக் காசோலையை அமைதியான முறையில் மீட்டெடுக்க முன்வந்திருக்கிறோம்.

இந்த நொடிப்பொழுதின் முக்கியத்துவத்தை - அமெரிக்கருக்கு நினைவூட்ட இந்தப் புனிதமான இடத்தைத் தவிர வேறொன்று இருக்க முடியாது. பொங்கி எழும் நம் கோபத்தை நீரூற்றி அணைப்பதற்கும் - சமாதானப் பேச்சுவார்த்தைக்கும் இது நேரமல்ல. குடியாட்சி அளித்த உத்தரவாதங்களை மீட்டுக் கொணர்ந்து செயல்படுத்தவே இது சரியான நேரம். இருளிலிருந்து எழ இதுவே சரியான நேரம். சூரிய ஒளிப் படர்ந்த சமத்துவப் பாதையில், சரிநிகர்சமானமாக செல்ல இதுவே சரியான நேரம். கடவுளரின் ஒட்டுமொத்த குழந்தைகளுக்கும் வாய்ப்பின் வாசற்கதவை திறக்க இதுவே சரியான நேரம். நம் தேசத்தின் புதைமண்ணிலிருந்து இனத் துவேஷத்தை தோண்டியெடுக்கவும் - வலிமையான பாறைகளில் சகோதரத்துவத்தை கீறி எழுதவும் இதுவே மிகச் சரியான நேரம்!

இந்தத் தருணத்தில் நீக்ரோக்கள் பிரச்சனையை அலட்சியப்படுத்துவதும் - இந்தப் போராட்டத்தைக் குறைத்து மதிப்பிடுவதும் நம் தேசத்திற்கே பெரும் ஊறு விளைவிக்கலாம். சமத்துவமும் விடுதலையும் வசந்தகாலப் பூக்களாய் இம்மண்ணில் பூத்துக்குலுங்கும் நாள்வரை, நீக்ரோக்களுக்கு அநீதி இழைக்கும் கோரமான கோடை காலம் இம்மண்ணை நீங்காது. நம் போராட்ட வாழ்வின் இறுதி அத்தியாயம் 1963-ம் ஆண்டோடு நிறைவுபெறுவதாக சிலர் எண்ணுகிறார்கள். ஆனால் இது வெறும் தீண்டாமைக்கு எதிரான தொடக்கப்புள்ளிதான். நீராவியைப் போல் நம் நீக்ரோக்களை ஊதித் தள்ள உத்தேசித்து, மீண்டுமிந்த அமெரிக்கர்கள் சொந்த அலுவலில் மூழ்கிப்போக முற்பட்டால் இந்தப் போராட்டம் - ஒரு முரட்டுத்தனமான எச்சரிக்கையாக இருக்கும்.

நீக்ரோ மக்களுக்கு குடியுரிமை மீதான சலுகைகள் தரப்படாதவரை அமைதியோ ஓய்வோ இரண்டுமே அமெரிக்காவில் நிலைத்திருக்காது. நீதியின் விடியல் அநீதியை அழித்து எரியட்டும். அதுவரை இந்தப் புரட்சிப் போராட்டத்தின் சூறைக்காற்று தேசத்தின் அடித்தட்டு ஆன்மாவை ஆட்டம்காணவைக்கும்!

நீதியின் சுவர்கபுரிக்குச் செல்லும் இந்தச் சூடான வாயிலில் நிற்கும் என் அன்பிற்கினிய மக்களே! உங்களிடம் ஒன்றைச் சொல்ல வேண்டும். உரிமையின் பொருட்டு நாம் அடையவிருக்கும் இந்த மாபெரும் இலட்சியத்தின் பெயரால், எந்தவித குற்றத்திற்கும் நாம் ஆட்பட்டுவிடல் ஆகாது. சுதந்திரத் தாகத்தை தணிக்க முடியாமல் போகும்போது குவளை நிறைய கசப்பும் வெறுப்பும் குடிக்க நேரலாம், உடன்படாதீர்கள் தோழர்களே! நம் நெடிய போராட்டத்தின் பயணம் முழுக்க கண்ணியமும் கட்டுப்பாடுமே கடிவாளமாய் கட்டியமைக்க அரிதில் முயலவேண்டும். நம் ஆக்கப்பூர்வமான எதிர்ப்பை பதிவுசெய்ய எவ்விதமான வன்முறைக்கும் இடம்கொடுக்கக் கூடாது. உடல் ரீதியான உணர்ச்சிகள் வன்முறைக்கு மேலோங்கும் போதெல்லாம் ஆன்ம சக்தியோடு ஒன்றிணைந்து அமைதியான வழியில் கம்பீரமான உயரத்திற்கு நாம் சென்றடைய வேண்டும்.

நம் நீக்ரோ மக்களை தன்வயப்படுத்தும் போர்க்குண எண்ணங்களுக்கு செவிமடுக்காதீர்கள். வெள்ளையின மக்கள் எல்லோரையும் சந்தேகக் கண்ணோட்டத்தில் பார்க்காதீர்கள். இருவர் விதியும் ஒன்றோடு ஒன்று பின்னப்பட்டுள்ளதை அவர்கள் மெல்ல மெல்ல உணர்கிறார்கள். கறுப்பின விடுதலையும் வெள்ளையின விடுதலையும் ஒன்றென கருதும் வெள்ளையின மக்கள் இன்று வெகுவாக வளர்ந்திருக்கிறார்கள். அதற்குச் சாட்சியாகவே பல வெள்ளையின மக்களை இங்கு நாம் காண்கிறோம். நம்மால் தனித்து பயணிக்க முடியாது.

> *“முன்னோக்கிச் செல்லும் இந்த நெடிய பயணத்தில் பின்வாங்கும் எண்ணம் துளியும் கூடாது. உண்மையைச் சொன்னால், நம்மால் பின்வாங்கவும் முடியாது. சமூக நலனில் அக்கறைக் கொண்ட சிலர், ‘‘நீங்கள் எப்போது திருப்தியடைவீர்கள்?’’ எனக் கேட்கிறார்கள். காவல்துறை கொடுங்கோன்மையால் எங்கள் கறுப்பின மக்கள் சொல்லமுடியாத*

துயரத்திற்கு ஆட்படும்போது, நாங்கள் எப்படி திருப்தியடை-வது? பயணக் களைப்பால் சோர்வு தங்கிய எங்கள் உடலை - அவர்களின் நெடுஞ்சாலை ஹோட்டல்களும், நகர்புற லாட்ஜ்களும் உள் நுழைய அனுமதிதர மறுக்கும்போது எங்-களால் எப்படி திருப்தியடைய முடியும்? எங்கள் நகரிடம் பட்டிக்காட்டுச் சாலையிலிருந்து பட்டணம் போய் சேரும்-வரை ஒருஜான் அளவும் திருப்தியடைய முடியாது என்-பதை எப்படிச் சொல்வேன் இவர்களுக்கு!"

மிசிசிப்பியில் வசிக்கும் நீக்ரோவிற்கு வாக்கு செலுத்த உரிமை இல்-லாத போது - நியூயார்க் நகர நீக்ரோவிற்கு வாக்கு செலுத்த தேவை-யான எந்தவொரு அடிப்படை அடையாளமும் இல்லையென தான் நம்-பும்போது நாங்கள் எப்படி திருப்தியடைய முடியும்? முடியாது! முடியாது! எம்மால் திருப்தி அடையவே முடியாது. நீதியின் ஆட்சி - வெள்ளப்பெ-ருக்கெடுத்து வீதியில் வழிந்து ஓடும் வரை எங்களால் திருப்தியடையவே முடியாது!

உங்களில் சிலர் கொடிய இன்னலுக்கு உள்ளானதையும் - நிதீமன்-றத்தில் விசாரணை முடித்த கையோடு இப்போராட்டத்திற்கு ஓடிவந்த-தையும் நான் அறிவேன். சிலர் சிறையிலிருந்து விடுதலையானதும் நேரே இங்குதான் வந்திருக்கிறீர்கள். இன்னும் சிலர் தான்வசிக்கும் வீதிகளில் விடுதலைக் கேட்டுப் போராடியபோது காவல்துறை தாக்கிய பூட்ஸ் வடு ஆறாத கையோடு நீதி கேட்டு வந்திருக்கிறீர்கள். கொடுங்கோன்மை பூதத்தின் எல்லாவித தொல்லைக்கும் ஆளான பெருவீரர்கள் நீங்கள். உலகறியாத துன்பம் நம்மை மீட்பரின் வழியில் கூட்டிச்செல்லும் தோழர்-களே, நம்பிக்கையை கைவிட வேண்டாம்.

மிசிசிப்பிக்குச் செல்லுங்கள். அலபாமாக்கு செல்லுங்கள். தென் கரோலினா - ஜார்ஜிய - லூசியானா.. செல்லுங்கள் -- செல்லுங்கள்! இந்த நவீன நகரத்தின் ஒருபாதி மூலையிலுள்ள நம் சேரிக்கும் பட்டிக்-காட்டுக்கும் திரும்பிப் படையெடுத்துச் செல்லுங்கள். நம் நிலை ஒருநாள் மாறும். நம்மால் மாற்ற முடியும். எந்தவொரு நிர்க்கதியான நிலையிலும் விரக்தியின் பள்ளத்தாக்கில் கால்வைத்து வீழ்ந்து விடாதீர்கள் தோழர்-களே!

நான் இன்று சொல்கிறேன் கேளுங்கள். இத்தனை மனக்குமுறலுக்கு மத்தியிலும் - இத்தனை இடர்பாடுகளுக்கு இடையிலும் எனக்கு ஒரு கனவு இருக்கிறது தோழர்களே! அமெரிக்க ஆசையில் வேரூன்றிய கனவு அது.

ஒரு நாள் இந்தத் தேசம் எழுச்சி பெறும். அப்போதிந்த மதத்தின் அடிப்படைக் கொள்கையால், மனிதர்கள் எல்லோரும் சமமாகவே படைக்கப்பட்டனர் என்பதை எல்லோரும் ஏற்றுக்கொள்வார்கள் என எனக்கு ஒரு கனவு இருக்கிறது.

> *"ஜார்ஜியாவின் செங்குன்றத்தில் முன்னாள் அடிமைகளின் புதல்வர்களும் முன்னாள் முதலாளிகளின் புதல்வர்களும் ஒற்றுமையாகக் கைக்குலுக்கி சகோதரத்துவத்தின்பால் சரி-சமமாக உட்கார்ந்திருப்பார்கள் என எனக்கு ஒரு கனவு இருக்கிறது. அநியாயத்துக்கும் அடக்குமுறைக்கும் பெயர்-போன மிசிசிப்பி மாகாணத்தில் கூட சுதந்திர கீதம் பாடுவ-தாக எனக்கு ஒரு கனவு இருக்கிறது. என் நான்கு சிறு-குழந்தைகளும் நிறத்தின்பால் அல்லாமல் அவர்தம் குணத்-தின்பால் மதிப்பிடும் மிகக் கண்ணியமான தேசத்தில் ஓர்-நாள் வாழ்வார்கள் என்று ஒரு கனவு இருக்கிறது எனக்கு."*

ஆம். கனவு இருக்கிறது எனக்கு.

சமுதாயச் சிக்கலால் நடுநிலை வகிக்கிறேன் என்ற பெயர்வெளியில் கள்ளமௌனம் சாதிக்கும் அலபாமா மாகாணத்தின் ஆளுநரே! இதே அலபாமா வீதியில் கறுப்பின சிறுவர்களும் கறுப்பின சிறுமியரும் வெள்-ளையின சிறுவர் சிறுமியரோடு அண்ணன் - தங்கை உறவுமுறையில் கைக்கோர்த்து நடக்கும்படியாக எனக்கு ஒரு கனவு இருக்கிறது.

தாழ்ந்த மலைச்சரிவுகள் ஓருநாள் மேலெழும்பும். மலைகளும் குன்-றுகளும் பள்ளமாகும். மூர்க்கமான நிலங்கள் சமவெளியாகும். வளைந்து நெளிந்த சாலை முகடுகள் இனி நேர்சீராகும். எல்லாம் வல்ல கடவுளின் கிருபையால் மண்ணில்வாழும் சதைப் பிண்டங்களே! நீங்கள் சமத்துவத்-தைப் பார்க்கும்படி எனக்கு ஒரு பிரம்மாண்ட கனவு இருக்கிறது.

இது என் நம்பிக்கை. இதை நம்பித்தான் தென்னகம் வந்தேன். இந்த அசாத்திய நம்பிக்கையால் விரக்தியின் மலைமேட்டில் இருந்து நம்பிக்கையின் கற்களை பெயர்த்தெடுப்போம் தோழர்களே. ஆம். நம் தேசத்தின் குழப்பமான முரண்பாடுகளை சகோதரத்துவத்தால் சிம்போனி அமைத்து சரிசெய்வோம். இந்த நம்பிக்கையின் பெயரால் ஒன்றிணைந்து உழைப்போம்; ஒன்றிணைந்து பிரார்த்திப்போம்; ஒன்றிணைந்து போராடி விடுதலைக் கேட்போம்; தேவைப்பட்டால் ஒன்றிணைந்து சிறைக்கும் செல்லவும் தயங்க மாட்டோம்; ஒரு நாள் வெற்றிப் பெறுவோம்!

அமெரிக்கா ஓர் உன்னத தேசமாக உருவெடுக்க வேண்டுமானால் - இவை சாத்தியப்பட வேண்டும். நியூ ஹாம்சயர் மலைகளில் சுதந்திர கீதம் ஒலிக்க வேண்டும். நியூ யார்க் நகர மலையுச்சிகளில் விடுதலைக் கனல் வெந்துத் தணிய வேண்டும். பெனிஸ்லெவேனியா மாகாண அல்-லெனிஸ் மலையுச்சியில் எட்டுத்திக்கும் இனி இந்த சுதந்திர சத்தம் எதி-ரொலிக்க வேண்டும்! ஆம். எதிரொலிக்க வேண்டும்.

பனி படர்ந்த ராக்கி மலைத்தொடரில் விடுதலை கீதம் ஒலிக்கட்டும்.

வளைந்து நெளிந்த கலிபோர்னியா சிகரத்தில் விடுதலை கீதம் ஒலிக்கட்டும்.

டென்னிஸி மலையிலும், ஜார்ஜிய மாகாண கற்பாறையிலும், மிசி-சிப்பி மாகாணத்தின் குட்டிக் குட்டிக் குன்றுகளிலும் இனி இந்த விடு-தலை கீதம் அதிர ஒலிக்கட்டும்.

சுதந்திரக் காற்றை நாம் சுவாசிக்கத் தொடங்குவோம். ஒவ்வொரு கிராமத்திலும் கைவிலங்கு அவிழ்க்கப்படும். குக்கிராமம் முதலாக அனைத்து நகரங்களும் - அனைத்து மாகாணங்களும் சுதந்திரம் பெறத் தொடங்குவார்கள். இறுதியாககறுப்பின ஆண், வெள்ளையின ஆண், யூதர், சீர்திருந்துநர், கத்தோலிக்கர் என கடவுளரின் அனைத்துக் குழந்-தைகளும் ஒற்றுமையாகக் கைகோர்த்துக் கொண்டு, “சுதந்திரம் பெற்-றுவிட்டோம். இறுதியாக சுதந்திரம் வாங்கிவிட்டோம்! எல்லாம் வல்ல இறைவருக்கு நன்றி, இறுதியாக நாம் விடுதலை அடைந்தே விட்-டோம்!” என்று நீக்ரோக்களின் பண்டைய ஆத்ம மரபில் உள்ள வரி-களை மகிழ்ச்சிகரமாய்ப் பாடுவார்கள்.

12

கடவுளின் மரணம்

தோழர் சிங்காரவேலர்

"தென்னிந்தியாவின் முதல் கம்யூனிஸ்ட் என அறியப்படும் தோழர். ம. சிங்காரவேலர், ஏழ்மையான மீனவக் குடும்பத்தில் பிறந்தவர். கான்பூரில் 1925-ல் நடந்த இந்திய கம்யூனிஸ்ட் கட்சியின் தொடக்கவிழா மாநாட்டில் தலைமை தாங்கிய இவர், மிகத் தீவிரமான நாத்திகவாதியும் கூட.

நாத்திகக் கொள்கையில் ஈடுபாடு கொண்டதால், 1920-களில் தமிழகத்தைப் புரட்டிய பிராமணர் எதிர்ப்பு இயக்கங்களில் அதிகமாக அறியப்பட்டார். தந்தைப் பெரியாருடன் ஒன்றிணைந்து வேலைசெய்தார்.

காந்தியின் ஆத்திகக் கொள்கை காங்கிரஸில் செல்வாக்குப் பெறத் தொடங்கியபோது, காந்தியின் மனநிலையே இந்தியாவின் மனநிலை என மேற்கத்திய உலகம் பேசத்தொடங்கியது.

பகுத்தறிவிலும் - அறிவியல் ஆராய்ச்சியிலும் விருப்பம் கொண்ட இந்தியர்கள், நாத்திகத்தின்பால் சிந்திக்கத் தொடங்கிவிட்டார்கள் என்பதையே சிங்காரவேலரின் வாழ்வு

பறைசாற்றியது.

மதறாஸ் மாகாணத்தில் கூடிய முதல் நாத்திகர் மாநாட்டில், தோழர் சிங்காரவேலர் வழங்கிய உரை இந்தியாவின் மனசாட்சி - வெறும் காந்தியின் மனசாட்சி அல்ல என்பதை வெட்ட வெளிச்சமாக்கியது. கடவுளின் அஸ்திவாரத்தைத் தோண்டித் துலக்கிய சிங்காரவேலரின் பேச்சு இதோ.. ,,

நான் அறிந்த வரை, இப்படியொரு மாநாடு இந்தியாவிலேயே இங்குதான் முதல்முறையாகக் கூடுகிறது. இந்த மாநாட்டால் நம்நாடும் நம்நாட்டு மக்களும் நிச்சயம் மேன்மை அடைவார்கள் என ஒருவர் உறுதியாகக் கூற முடியும். ஆனால் இதை அறியாமையால் சிலர் ஏளனம் செய்கிறார்கள். ஆத்திகர்கள் வழக்கம்போல அவதூறு பரப்புகிறார்கள். அதிகாரிகளும் ஏதாவது சாக்குப்போக்குச் சொல்லி அழுத்தம் கொடுக்கவே பார்க்கிறார்கள். இவையெல்லாம் நமக்குப் புதிதல்ல. எந்தவொரு

முற்போக்கு இயக்கமும் தடைகளை மீறி வதைகளை தாண்டாத வரலாறு இங்கு இல்லை.

> *"முற்போக்கு இயக்கங்களை ஏளனம் செய்தும், இவர்களின் நமட்டுப் பசி அடங்கிய பாடில்லை. அறியாமை நிரம்பிய ஆஸ்திகக் கூட்டம், பகுத்தறிவு வளர்ச்சிக்கு எப்போதும் முட்டுக்கட்டையாகவே இருந்திருக்கிறது. அமெரிக்க நாட்டின் புகழ்ப்பெற்ற நாத்திகவாதி இங்கர்சாலை, அவர்தன் வாழ்நாள் முழுக்க ஒருவரும் கண்டு கொள்ளவில்லை. ஆனால் இன்று? அமெரிக்கா மொத்தமும் அவர் பிறந்தநாள் விழாவை விமர்சையாகக் கொண்டாடுகிறது. புகழ்ப்பெற்ற பிரிட்டிஷ் நாத்திகர் பிராட்லாஃவை சிறைக்குள் வைத்து அழகு பார்த்தது, அவர் காலத்திய சமூகம். ஆனால் இன்று? பிரட்டன் முழுக்க நிகழும் நினைவுக் கூட்டங்கள் பிராட்லாஃவிற்கு மரியாதைச் சேர்க்கின்றன. என்னால் உறுதிபடக் கூறமுடியும், இன்னும் சில ஆண்டுகளில் இதைவிடப் பெரிய நாத்திகர் மாநாடுகளை இந்தியா பார்க்கப்போகிறது. மக்கள் நாத்திகர்களை மறந்துபோனாலும், அவர்கள் சொன்ன தத்துவங்களை மறக்க மாட்டார்கள்!"*

நாத்திகம் ஒரு பழையக் கொள்கை. ஆத்திகத்தின் ஊடாகவே மெல்ல மெல்ல வளர்ச்சிப் பெற்றது. 'கடவுள் இருக்கிறார்' என்று ஒருவர் முணுமுணுத்த மாத்திரமே, 'கடவுள் இல்லை' என்ற குரல் பலமாக ஒலிக்கத் தொடங்கிவிட்டது. மனிதன் பேசத் தொடங்குவதற்கு முன்பாக, எந்தவொரு கடவுளையும் அவன் அடையாளம் காணவில்லை. மிகத் தொன்மையான பழங்குடியினர் சிலருக்கே, கடவுள் இருப்புப் பற்றி எந்தவொரு புரிதலும் இல்லை. அதனால்தான் அவர்களை 'முற்கால நாத்திகர்கள்' என வழங்குவது பொருத்தமாக அமையுமெனச் சொல்லி வருகிறேன்.

இதன் தொடர்ச்சியாக, மதங்களின் வரலாற்றை நாம் படிக்க வேண்டும். தன் மதம் சாராத, மாற்று சமூகத்தான் ஒவ்வொருவனையும் நாத்-

திகவாதி என்றே ஒவ்வொரு மதமும் அடையாளப்படுத்துகிறது. ஹிந்து அல்லாத ஒருவனை நாத்திகனாகவே, ஹிந்து அடையாளம் காண்கிறான். இஸ்லாத் தழுவாத ஒவ்வொருவனும், முசல்மான் ஒருவனுக்கு நாத்திகனாகவே காட்சியளிக்கிறான். இதுமாதிரியாய் நாத்திகப் போர்வையால் பச்சைக்குத்தப்பட்ட பலர் இந்நாட்டில் வாழ்கிறார்கள். அதனால், நாத்திகன் என்பவன் உண்மையிலேயே மதச்சார்பற்றவன் மட்டுமல்ல, அந்த மதங்களைச் சார்ந்திருக்கும் கடவுளையும் சாராதவன் என்பதை பெருமையோடு சொல்லிக்கொள்ளலாம்.

கடவுள் என்ற சொல்லை தானே உருவாக்கியது போல, அந்தக் கடவுளுக்கு கோயில் கொத்தளங்களையும் தானே கட்டிக் கொடுத்தான், மனிதன். தன் சுற்றத்தாரையும் - மூத்தோர்களையும் வணங்கி வழிபட்டதைப் போல, கடவுளையும் வணங்கத் தொடங்கினான். இசை, நடனம், விருந்து, கூத்து என மப்பும் மந்தாரமுமாய் தன்னை மகிழ்ச்சிப் படுத்தியவை எல்லாம், கடவுளுக்குப் படைக்கலானான். இவ்வாறாய் மனிதன் முன்னேற - முன்னேற, கடவுளும் வளர்ச்சிப் பெற்றார்.

சூட்சும புத்தி உடைய சிலர், உடல் நோகாமல் பணம் பார்க்க அன்று ஒரு வழி கண்டிபிடித்தார்கள். கடவுள் என்ற பதத்தை பெயர்த்துவிட்டு, சிலைகளை முன்னிறுத்தினார்கள். மக்கள் எப்போதும் கடவுளின் பயத்தால் அஞ்சி நடுங்குவதற்கு, வேண்டுவன எல்லாம் இவர்கள் செய்தார்கள். அப்படி வந்ததுதான் இந்தப் பூசாரி முறை. மனிதனின் அறியாமையும், பயபக்தியும் இந்தப் பூசாரிகளின் வயிறு வளரவே மூலதாரமாய் இருக்கிறது. ‘கடவுள்’ என்ற ஒற்றை வார்த்தையை வைத்துக்கொண்டு மதம், சடங்கு, வழிபாடு என்றொரு அசைக்க முடியாத எஃகுக் கோட்டையை பார்த்துப் பார்த்து கட்டமைத்தார்கள். காலப் போக்கில் பல கொள்கைகள் நீர்த்து போயிருக்கின்றன. அவ்வகையில் ஆத்திகமும் ஒருநாள் அழிந்துபோகுமென உறுதிக் கொள்கிறேன்.

மனிதனின் எந்தவொரு முன்முயற்சியையும் ஆத்திகம் உறிஞ்சிக் குடித்துவிடும். அதிலுள்ள முதலும் முத்தாய்ப்பான விஷமமே அதுதான். மக்கள் பகுத்தறிவு பெறாமலிருக்க பெரும் தடையாய் இருக்கிறது. ஆனால் அறியாமை ஆழ வேரூன்ற, ஆத்திகம் அடிகோலுகிறது என்பதை மக்கள் நம்ப மறுக்கிறார்கள். எதிர்மறையான தீங்குகள் மட்டுமல்ல, நேர்மறையான பல சிக்கல்களை ஆத்திகம் உண்டாக்குகிறது.

கடவுளின் எதிர்காலம் என்னவாகவோ இருக்கட்டும். அவரின் கடந்தகாலத்தை நம்மால் மறக்கவும் முடியாது, மன்னிக்கவும் முடியாது. நாத்திகம் ஒன்றே மனிதனுக்கு தெம்பூட்டுகிறது. சமூகப் பொருளாதார ஏற்றத்தாழ்வுகள் எல்லாம் மனிதனால் உண்டாக்கப்பட்டவை என்பதை நாத்திகம் ஒன்றே முன்னிறுத்துகிறது. அதுவே துயர் களையும் வழிகளை மனிதனுக்குச் சொல்கிறது. **'மனிதனே, மனிதனாக இரு. உன்னால் மட்டும்தான், இந்தப் பூமியை சுவர்க்கமாய் மாற்றமுடியும்'** எனச் சொல்வது நாத்திகம் மட்டுந்தான்.

தோழர்களே, நெருக்கடியான போர்களத்தை நாம் எதிர்கொள்ள இருக்கிறோம். வெகுமதிகளைக் கேட்டு புத்தி மழுங்காதீர்கள். ஆத்திகம் இன்னும் சுற்றி வளைக்கப் படவில்லை. அது இன்னும் பணம், பதவி படைத்த பிரச்சார கோஷ்டியிடந்தான் சிக்கித் தவிக்கிறது. அறியாமையின் பிடியில் சிக்குண்ட இலட்சோப இலட்ச மக்களை நாம் மீட்டுக் கொணர வேண்டும். பணம், பதவி படைத்த பகட்டுக்காரரிடம் போய்ச்சேரும் ஆத்திகம், மனித சமூகத்தை மீண்டும் மீண்டும் பின்னோக்கி இழுத்துச் செல்லும். இதற்கு மிகச் சிறந்த எடுத்துக்காட்டு: ஹிட்லரிசம், பாசிசம்.

மத போதனைகளும் - மூட நம்பிக்கைகளும் மனிதன் மீது முரட்டுத்தனமாய் திணிக்கப்படுகின்றன. இது மிகவும் ஆபத்தான போக்கு. காந்தி சொன்ன சில வாதங்களைப் பாருங்கள். மிக வெளிப்படையாகவே அவர் ஆத்திகத்தை வலியுறுத்துகிறார். சாதி முறைகளை மறுசீரமைப்பு செய்து, அதை நவீனப் படுத்தத் துடிக்கிறார். நம் நாத்திகப் பார்வையில், சாதி முறையே தீங்கானது என்கிறோம். ஆனால் அவர் தீண்டாமையை ஒழித்துவிடுவேன் என பூச்சாண்டி காண்பித்து, மக்களுக்கு ஆத்திகத்தின் பால் நம்பிக்கை உண்டாக்கப் பார்க்கிறார். ஆறு கோடிக்கும் அதிகமான தீண்டத்தகாதவர்கள், பொருளாதார ரீதியாகவும் - சமூக ரீதியாகவும் மிகவும் பின்தங்கியுள்ளனர். அவர்களுக்குத் தேவை கடவுளோ மதமோ அல்ல. ஒருநாளைக்கு ஒருவேளை உணவு. அதை ஈன்று தரும் ஓர் ஒழுக்கமான வேலை. அவ்வளவுதான்.

இன்னொரு பூதத்தையும் நாம் கடந்தாக வேண்டும். இந்து மகாசபை, சனாதனிகள், இஸ்லாமிய வகுப்புவாதிகள் எனத் திரியும் மதவெறியர்கள் சட்டசபைக்குள் நுழைந்து ஆத்திகத்தை அரியணை ஏற்றத் துடிக்கிறார்கள். இந்தத் துரதிஷ்டப் பூமியில் தோன்றிய மிக மோசமான பிற்போக்-

குவாதிகள் இவர்கள். எச்சரிக்கை வேண்டும் தோழர்களே! வரும் தேர்தலில் ஒவ்வொரு கிராமத்திலும் அதிலுள்ள ஒவ்வொரு பஞ்சாயத்திலும் தவறாமல் போட்டியிட்டு வெல்லுங்கள். சாதியின் பெயரால் நாம் ஒடுக்கப்பட்டதை இவ்வுலகிற்குச் சொல்லுங்கள். ஆத்திகமும் அறியாமையும் அரியணையில் இருந்து இறங்கட்டும். சோசலிசமும் நாத்திகமும் இந்நாட்டை இனி ஆளட்டும்!

13

ஒளி மறைந்துவிட்டது

ஜவஹர்லால் நேரு

"காந்தி இறந்துவிட்டார். இல்லை இல்லை. சுட்டுக்கொல்லப்பட்டார். இந்தச் செய்தி அறிந்ததும், பிர்லா மாளிகைக்கு மிக வேகமாய் விரைந்தார் நேரு. காந்தியின் வாழ்க்கை வரலாற்று ஆசிரியர் டெண்டுல்கர் பதிவு செய்வதுபோல, "தன் தலையை தாழ்த்திக் கொண்டு, சிறுபிள்ளை போல தேம்பித் தேம்பி அழுதார் நேரு."

வெறுமனே உச்சரிப்பில் மட்டுமல்ல, முழுமனதாகவே நேருவிற்கு அவர் 'பாப்பு'தான். காந்திக்கு இவர் 'தமையன்'தான். இறந்தது நேருவின் தந்தை மட்டுமல்ல, இந்தியாவின் தந்தை; அழுது வடிவது காந்தியின் மூத்த மகன் அல்ல, இந்தியாவின் மூத்த மகன், முதல் பிரதம மந்திரி, நேரு. தன் கண்ணீரோடு ஊர்க் கண்ணீரும் துடைக்க வேண்டும்.

சில மணிநேரங்களுள், மவுண்ட்பேட்டன் அங்கு வந்தார். கண்ணீர் வடித்த நேருவை, ஆசுவாசப்படுத்திவிட்டு கையில் மைக்ரோபோன் கொடுத்தார்.

முன்தயாரிப்பே இல்லாமல் மனதில் இருந்து பேசினார். "சுட்டுக் கொன்றவன் யார், சொல்வாரா? அவனை இரும்புக் கரம் கொண்டு அடுக்குவாரா? நம்மை ஆயுதம் ஏந்திப் போராடச் சொல்வாரா?" எனக் காத்துக் கிடந்தார்கள் மக்கள்.

ஒட்டுமொத்த தேசத்தின் மறக்க முடியாத ரணத்தை, மெல்ல மெல்ல இறக்கி வைத்தார் நேரு. இப்பேச்சு அவரின் முன்தயாரிப்பு இல்லாத பேச்சுக்களுள் மிக முக்கியமான ஒன்றாய் வரலாற்றில் நின்றது.

அழுதுத்தோய்ந்த குரலோடு, தேர்ந்த வார்த்தைகளால் நேரு பேசிய 'ஒளி மறைந்துவிட்டது' என்ற பேச்சு இதோ..''

நண்பர்களே, தோழர்களே! அந்த ஒளி நம் வாழ்விலிருந்து வெகுதூரம் சென்றுவிட்டது. இருள் சூழ்ந்த இடத்தை நாம் அடைந்துவிட்டோம். உங்களிடம் என்ன சொல்வது, எப்படி சொல்வதென ஒன்றும் புரியவில்லை. நாம் எல்லோரும் 'பாப்பு' என்று அழைக்கும் நம் பேரின்பிற்குரிய தலைவர், இந்தியத் தேசத் தந்தை இனி இல்லை. இல்லையென்-

றால் இனி ஒருபோதும் இல்லை. ஒருவேளை இதை நான் தவறாகக் கூடச் சொல்லியிருக்கலாம். ஆனாலும்கூட இத்தனை ஆண்டுகளாய் மிக நெருக்கமாய் நாம் அவரைச் சந்தித்தது போல, இனி ஒருபோதும் பார்க்க முடியாது. ஆறுதலுக்கோ - அறிவுரைக்கோ இனி அவரை ஒருபோதும் ஓடிச்சென்று அணுகமுடியாது. நிச்சமாய், இது என்னைப்போன்ற இலட்சோப இலட்ச இந்திய மக்களுக்கு நெஞ்சில் விழுந்த பேர் இடி. இந்த இடிவிழுந்த துயரத்திலிருந்து என்னால் மட்டுமல்ல, எவராலும் அவ்வளவு சுலபத்தில் வெளிவர முடியாது.

> *“ஒளி மறைந்துவிட்டது என்று நான் சொல்லியிருந்தேன். நான் சொல்வது இன்னும்கூடத் தவறாக இருக்கலாம். ஏனென்றால் நான் சொல்லி வந்த ஒளி, சாதாரணமானது அல்ல. இத்தனை ஆண்டுகளாய் இந்தியாவின் மூலை முடுக்கெல்லாம் இருள் அகற்றி வந்த அவ்வொளி, இனி வரும் ஆயிரமாயிரம் ஆண்டுகளுக்கும் பிரகாசமான வெளிச்சத்தை இப்பூமியில் உமிழ்ந்து தள்ளும் பேறு பெற்றது. இதை இந்த உலகம் பார்க்கத்தான் போகிறது. எண்ணிலடங்காத இதயங்களுக்கு அறிவுரை சொன்னபடியே, காற்றில் மிதந்தபடியே இந்த ஒளி அங்குமிங்குமாய் நம்முன் வாழ்ந்து கொண்டுதான் இருக்கும். இந்த ஒளி, துரிதமான நிகழ்காலத்தை விட வேறொன்றையே அதிகமாய் சார்ந்திருக்கிறது, நம் வாழ்வைக் குறிக்கிறது, அதன் சத்தியத்தைக் குறிக்கிறது, தவறானப் பாதையிலிருந்து சரியானப் பாதையை நமக்கு நினைவூட்டுகிறது, முற்கால இந்தியாவை முற்போக்கான சுதந்திரப் பாதைக்கு அழைத்து வந்திருக்கிறது.”*

அவர் செய்வதற்கு இன்னும் அடுக்கடுக்கானப் பணிகள் காத்திருக்கும்போதே, இவை எல்லாம் அரங்கேறிவிட்டன. அவருக்கான வேலை முடிந்துவிட்டதென்றோ - அவரின் தேவை இனி இல்லையென்றோ நாம் ஒருபோதும் உத்தேசிக்க முடியாது. குறிப்பாகத் தேசம் துண்டாடப்பட்டு, இத்தனைத் துயரங்களை நேர்கொண்டிருக்கும் போது, அவரின் இல்லா-

மையை நம்மால் தணிக்க முடியாத பேரிடியாய் கடந்து போகிறோம்.

காந்தியின் வாழ்வு ஒரு பைத்தியக்காரனால் முற்றுப் பெற்றிருக்கிறது. ஆம் இந்த முட்டாச் செயல் செய்தவனை, என்னால் வேறு எப்படி அழைக்க முடியும்? கடந்த சில ஆண்டுகளாகவே, இந்தத் தேசத்தை சீர்குலைக்கும் அளவிலான நஞ்சு, அதன் பிடரி மயிற்றில் ஏறிப் பீடித்திருக்கிறது. மக்கள் மனங்களை அது மாற்றி வருகிறது. நாம் அந்த நஞ்சை எதிர்கொண்டு, வேரோடு கருவறுக்க வேண்டும். நம்மை காயப்படுத்த வரும் கணைகளை முட்டாள்தனமாகவோ விஷமத்தனமாகவோ அணுகாமல், நம் பேரன்பிற்குரிய காந்தி பிதா சொன்னபடி சத்தியத்தின் வழி எதிர்கொள்ள வேண்டும்.

அவர் கோபமாக இருந்ததால்தான், நாம் எந்தவொரு அசம்பாவிதம் செய்யவும் துணிந்து அவதானிக்கவில்லை. முதலில் இதை நினைவில் கொள்ளுங்கள். மனவலிமைப் பொருந்திய, தீர்க்கமான மனிதனாய் நாம் நடந்துகொள்ள வேண்டும். நம்மைச் சுழ்ந்துள்ள பேராபத்துகளை கடந்து செல்லும்போது, பாப்புவின் ஆன்மா நம்மை மேல்நின்று கவனிக்கும். அவர் சொல்லித்தந்த வழியிலிருந்து விலகி, கடுகளவு வன்முறையை நாம் கைத்தூக்க நினைத்தாலும், காந்தியின் ஆன்மா சாந்தி அடையாது என நான் நம்புகிறேன்.

நாம் அதை செய்யக் கூடாது. ஆனால் அதற்கு நாம் வலிமைக் குன்றியவர்கள் என அர்த்தம் அல்ல. அதற்கு மாறாய், நம்முன் இருக்கும் பிரச்சனைகளை எதிர்க்கொள்ள, இந்த வலிமையும் ஒற்றுமையும் நமக்கு பக்கபலமாய் துணை செய்யும் என உறுதி கொள்வோம். நாம் ஒன்றுபடவேண்டும் தோழர்களே!

நம்மை இம்சித்து வரும் குட்டிக் குட்டித் தொல்லைகளும் - சிரமங்களும் - முரண்பாடுகளும் ஒரு பேரழிவின் முகாந்திரத்தில் மறைந்து போகின்றன. நம்மைக் குத்தல் எடுத்து வரும் குட்டிக் குட்டிச் சிந்தனைகளை மூட்டைக்கட்டி எறிந்து, வாழ்வின் மகத்தான விஷயங்களை உற்று நோக்க நமக்கு ஒரு பேரழிவு தேவைப்படுகிறது. தனது மரணத்தின் மூலம், வாழ்வின் மகத்தான நொடிகளை காந்தி நினைவுபடுத்துகிறார். வாழ்வின் உண்மையை நினைவுபடுத்துவதன் மூலம், அதை இந்தியாவோடும் - இந்தியரோடும் தக்க வைக்கிறார்.

“இலட்சக்கணக்கான இந்திய மக்கள், காந்தியின் பூதவுடலுக்கு அஞ்சலி செலுத்த வேண்டும். பேசாமல் காந்தியின் உடலைப் பதப்-

படுத்தினால் என்ன?" என்று சிலர் கேட்கிறார்கள். ஆனால் அப்படி ஒன்றை செய்துவிடவே கூடாதென காந்தி, நம்மிடம் பலமுறை சொல்லியிருக்கிறார். அவர் தன் உடலை பதப்படுத்தி பாதுகாப்பதை முற்றிலுமாய் வெறுத்தார். ஒவ்வொருவருக்கும் தனித்த அபிப்ராயம் இருந்தாலும், இதில் அவர் இஷ்டப்படியே நாம் செயல்பட விரும்புகிறோம்.

ஆகவே வரும் சனிக்கிழமை அன்று தில்லியில் உள்ள யமுனை நதிக்கரையில், காந்தியின் உடல் தகனம் செய்யப்பட இருக்கிறது. சுமார் 11.30 வாக்கில் பிர்லா மாளிகையிலிருந்து கிளம்பி, யமுனை நதியை அடைவோம். அங்கு 4.00 மணிபோல, அன்னாரது உடல் தகனம் செய்யப்படும். பத்திரிகைச் செய்தியிலும், வானொலி அறிக்கையிலும் இன்னபிற தகவல்கள் பின்னர் தெரியப்படுத்தப்படும்.

இறுதி அஞ்சலி செலுத்த விரும்பும் தில்லி நகர்வாசிகள், இந்த இடைப்பட்ட சாலை நெடுக காத்திருக்க வேண்டுகிறேன். எல்லோரும் நேரடியாக பிர்லா மாளிகைக்கே கூட்டம் கூட்டி வர வேண்டாம். இங்கிருந்து யமுனை நதிசெல்லும் வழியின் இருமருங்கிலும் கண்ணியத்தோடு காத்து நில்லுங்கள். அங்கு எந்தவித ஆர்பாட்டமும் செய்யாமல் அமைதி காக்க வேண்டுகிறேன். இந்த உயரிய ஆன்மாவை இறுதி அஞ்சலி செலுத்தி ஈடேற்ற, அதுவே சரியான வழியாக இருக்கும். கூடவே சனிக்கிழமை அன்று உண்ணாவிரதம் மேற்கொண்டு, வழிபாடு செய்யுங்கள்.

தில்லிக்கு புறம்பாக, இந்தியாவின் வெவ்வெறு மூலையில் வசிக்கும் ஏனையோரும் இதே போன்று இறுதி ஊர்வலக் கூட்டத்தில் கலந்து கொள்ளலாம். நீங்களும் நோன்பு மேற்கொண்டு வழிபாடு செய்யுங்கள். தகனம் செய்யப்படும் 4.00 மணி வாக்கில், அருகில் உள்ள நீர்நிலைக்குச் சென்று பிரார்த்தியுங்கள். சத்தியத்திற்காகவே வாழ்ந்து, அதற்காகவே மடிந்துபோன இந்த மகத்தான மனிதருக்கு நம்மால் இயன்ற ஒரு பிரார்த்தனைக் கூட்டத்தை அன்பின்வழி ஒருங்கிணைப்போம். காந்திக்கும் அவர் நினைவுக்கும் நாம் அளிக்கும் மிகச் சிறந்த வழிபாடு அதுதான். நமக்கும் நம் இந்தியாவிற்கும் நாம் அளிக்கும் மிகச் சிறந்த வழிபாடு அதுதான்.

ஜெய் ஹிந்த்.

14

என் தந்தை சாந்தியடைய வேண்டாம்!

சரோஜினி நாயுடு

“காந்தியின் படுகொலை மற்றொரு நயமிக்கப் பேச்சை ஈந்தது. கவிஞர், விடுதலைப் போராளி, காங்கிரஸின் முதல் பெண் தலைவர் சரோஜினி நாயுடு, அப்போது உத்திரப் பிரதேச மாநிலத்தின் ஆளுநராக இருந்தார்.

காந்தியை - ஏசுவோடு ஒப்பிட்ட எத்தனையோ கட்டுரைகள் மேற்குலகில் மலைபோல குவிந்திருக்கின்றன. ஆனால் இந்தியாவில் உதித்த முதல் ஒப்பீடு இதுதான். காந்தி இறந்தசெய்தி கேட்டு, உதிரம் கொப்பளிக்க ஓடிவந்த மங்கை, மூச்சுத்தெறிக்க பேசிய அக்கினி வீச்சு இது.

நேருவின் அழுகைப் பேச்சுக்கு சற்றும் சளைத்ததல்ல இது. இவர் இருவரும், காந்தியை எதிர்காலத்திற்கு கடத்துவதில் ஓரே மாதிரியாய் பயணிக்கிறார்கள்.

ஆல் இந்தியா ரேடியோவில் அன்னையார் சரோஜினி நாயுடு, பேசிய "என் தந்தை சாந்தி அடைய மாட்டார்" என்ற பேச்சு இதோ.."

முன்பொரு காலத்தில் மக்களின் மரண ஓலங்களுக்கு பதிலளிக்க, மீண்டுமிந்த பூமிக்கு வழிகாட்ட வரமாட்டாரா என்ற கேள்விக்கு விடையளிக்க அன்பும் அக்கறையும் கொண்ட இயேசு கிறிஸ்து, மூன்றாம் நாள் உயிர்த்தெழுந்தார். மகாத்மா பிரிந்த மூன்றாவது நாள் இது. அதே மாதிரி இன்று இவரை பெருமதிப்போடு நேசித்தவர்களும் தனிப்பட்ட முறையில் உறவாடியவர்களும் கண்ணீர் விட்டு கரைந்து கொண்டிருக்கிறோம். மகாத்மா என்ற பெயரின் மகோன்னதம் புரிந்த சிலரும், சாம்பலில் இருந்து உயிர்த்தெழுவார் என்பதை அறியாமல் அழுது வடிக்கிறோம். சோகத்திற்கு இடமில்லை. யாரும் வருத்தப்பட வேண்டாம்.

சதைப் பிண்டத்தை விட, ஆன்ம சக்தியே பெரிது என்ற ஞானி அவர். அதையே வாழ்க்கையாக வாழ்ந்து காட்டினார். உலகின் ஒட்டுமொத்த இராணுவப் படையும் ஒன்றிணைந்தால் கூட, யுகாந்திரத் திரளின் அனைத்துமட்ட சக்தியும் அணிதிரண்டால் கூட ஆன்ம சக்தியை அழிக்க முடியுமா?

"பலவீனமான, சிறிய மனிதர்தான். அவர் கையில் பணம் காசு இல்லை. உடுத்தும் துணியும் உடம்பு மறைக்க போதமானதாய் இருக்காது. தன் பெயரில் குண்டுமணி இடம்கூட இல்லாத ஒருவரால், இத்தனை வலிமையான ஆயுதங்களை எப்படி எதிர்கொள்ள முடிந்தது? சிம்மசொப்பனமாக உட்கார்ந்து கொண்டு, உலகப் பேரரசையே நடுநடுங்க வைக்க எப்படி முடிந்தது? கோடிக்கணக்கான ஏழைகளோடு தன்னை ஐக்கியப்படுத்திக் கொள்ள இந்தச் சிறிய மனிதரால், குழந்தை மேனிப் பொருந்திய இந்தக் குட்டி உருவத்தால், பட்டினியின் விளிம்பில் எப்படி இத்தனை விருப்பமாய் வாழமுடிகிறது? பேரரசர்களே பயன்படுத்த முடியாத விஷேச சக்தியை, தன்னைத் தூற்றுபவருக்கும் - போற்றுபவருக்கும் ஒரே மேஜையில் வைத்து இவரால் எப்படி பரிமாற முடிகிறது?"

ஏனென்றால், கரகோஷத்தையும் கண்டனத்தையும் பொருட்படுத்தாத மனிதர், காந்தி. சத்தியத்தின் வழியே சரியான வழியென்று பயிற்றுவித்தார். வன்முறையாலும் இச்சையாலும் மிகக் கொடூரமான பேரழிவில் இவ்வுலகம் தத்தளிக்கும் போது, போர்க்களத்தில் வறண்டுபோன பூக்குவியலாய் - காய்ந்துபோன சருகுக் கூட்டமாய் இத்தேசத்தின் எதிர்காலம் துண்டாடப்பட்டபோதும் அகிம்சையின் இலட்சியத்தில் அணுவளவும் மாறவில்லை அவர். உலகம் தன்னையே கொன்றுப்புதைத்து, தன்மீதே தன் இரத்தத்தை வாரிப் பூசிக் கொண்டாலும் உலகில் தோன்றவிருக்கும் புதிய நாகரிகத்திற்கு அகிம்சைதான் அடித்தளம் ஆகும் என அவர் நம்பினார். மிடுக்கான வாழ்க்கை வேண்டும் என்பவர்கள் அஹிம்சையைத் தொலைக்கிறார்கள். வாழ்க்கையை இழந்தவர்கள், அஹிம்சையை கண்டுகொள்கிறார்கள் என்று போதித்தார்.

1924-ல் அவர் மேற்கொண்ட முதல் உண்ணாவிரதம் இந்து - முஸ்லிம் ஒற்றுமைக்கானது. அதில் நானும் பங்கெடுத்திருந்தேன். நான் மட்டுமல்ல, இந்தத் தேசம் முழுக்க அவர்மேல் அனுதாபப்பட்டது. அவரின் கடைசி விரதம் கூட இந்து - முஸ்லிம் ஒற்றுமைக்காகத்தான். ஆனால் ஒருவர் கூட பரிதாபம் கொள்ளவில்லை, ஒருவர்கூட உறுதுணையாய்

நிற்கவில்லை. மகாத்மாவின் விரதம் கசந்து போனது. சிலருக்கு இதில் வெறுப்பும் சந்தேகமும் வளர்ந்தது. மதங்களுக்கு இது மிகவும் பொய்த்துப்போன கொள்கை எனத் தோன்றியது. அவரைப் புரிந்து கொண்டவர்களில் ஒருசிலருக்கே, அதன் உண்மை ஆழம் புலப்பட்டது.

தன் சொந்த விருப்பு வெறுப்புக்கு ஏற்ப, காந்தியின் உண்ணாவிரதத்தை தேசம் பந்தாடியது. வேறெந்த சமூகமும் அல்ல, காந்தியின் சொந்த ஹிந்து மதமே - அவரின் உண்ணாநோன்பை தகிக்க முடியாததாய் கோபத்தையும் வெறுப்பையும் மிகக் கொடூரமாய் உமிழ்ந்து தள்ளியது. அய்யோ, என் இந்து சமூகமே! உங்களில் மிகச் சிறந்த ஹிந்துவை, நமது காலத்தின் ஹிந்துமதக் கொள்கையை அப்பழுக்கற்ற வகையில் பின்பற்றி வாழ்ந்த அந்த ஒரே ஒரு ஹிந்துவை - உங்கள் கரங்களே கொன்று விட்டதே, பார்த்தீர்களே! ஹிந்து உரிமை என்ற போலிப் போர்வையில் பதுங்கிக் கொண்டு, உங்களில் மகோன்னதமான மனிதரை கொன்று புதைப்பதுதான் ஹிந்துமதக் கொள்கையென சொல்லிவிட்டீர்களே!

விடுங்கள். இந்த 30 ஆண்டுகளுக்கும் மேலாக, சதா அவருடன் நெருங்கிப் பழகியிருப்பதால் சிலருக்கு தினந்தினம் இழப்பு; வருடாவருடம் சோகம். இது அவர்களின் தனிப்பட்ட வருத்தம். நம் வாழ்வின் ஒருங்கிணைந்த ஒருவர் இனி இல்லை. சிலர் அவரின் விசுவாசத்தைப் பெறத் தவறிவிட்டோம். இழை, தசை, நரம்பு, இதயம், இரத்தமென அவர் வாழ்க்கையோடு பின்னிப் பிணைந்திருந்ததால், சிலர் அவரின் மரணத்தின் மூலம் செயலிழந்து கிடக்கிறோம்.

சோகம் தாளாமல் விரக்திக்கு அடிபணியாதீர்கள், அது நம் மனதை நம்பிக்கையற்ற நாடோடியைப் போல் பலவீனப்படுத்தும். அவர் இறந்துவிட்டார், இனி எல்லாம் முடிந்துவிட்டது, காலம் கைமீறி சென்றுவிட்டது என்று நாம் நம்பத்தொடங்கினால், அவர்மீது கொண்ட அன்பிற்கும் நம்பிக்கைக்கும் என்ன அர்த்தம்? அவர் உயிர் நம் பெருந்திரளுக்கு மத்தியில் பிரிந்துவிட்டது என நம்பத் துணிந்தால், அவருக்கு நாம் விசுவாசமாக இருப்பதால் என்ன பலன்? நாம் அவரின் வாரிசுகள் இல்லையா? அவரது ஆன்மீக வழித்தோன்றல்கள் இல்லையா? அவர் விட்டுச் சென்ற மகத்தான பணிகளின் முழுமுதற் பொறுப்பு இல்லையா? அதை மேம்படுத்தவும் அவர் விட்டுச்சென்ற தனித்தனியான பணிகளை பலப்படுத்தவும் அவரைவிட மேலான நம் கூட்டுமுயற்சியால் வென்றுகாட்ட-

வும், உறுதி படைத்தவர்கள் அல்லவா நாமெல்லோரும்? அதனால்தான் சொல்கிறேன், நாம் தனிமையில் புலுங்கி வருவது போதும். மாரடித்து மன்றாடியது போதும். தலைவிரிக் கோலமாய் ஒப்பாரிப்பாடியது போதும்.

“மகாத்மாவை எதிர்த்தவர்கள் நீங்கள்தானே? உங்கள் சவாலை நாங்கள் ஏற்றுக்கொள்கிறோம்” என்று நாம் எழுந்து நிற்கும் காலம் இதோ வந்துவிட்டது. நாம் அவரின் வீரர்கள். அகிம்சையின் சின்னத்தை ஏந்தி நிற்கிறோம். குழப்பமான உலகத்தின் முன் அவர் தத்துவங்களைத் தாங்கி நிற்கிறோம். கொல்லாமையே நமது கவசம். நமது போர்வாள் குருதி குடிக்காமல் படையெடுக்கும். இந்திய மக்களே, எழுச்சிப் பெறுங்கள்! உங்கள் கண்ணீரைத் துடைத்தெறிய எழுச்சிப் பெறுங்கள், ஏக்கங்கள் ஈடுபெற எழுச்சிப் பெறுங்கள், நம்பிக்கையான மனதோடு மனமகிழ்ச்சியுடன் எழுந்து நில்லுங்கள்.

அவர் சொந்த ஆளுமையின் உள்ளொளியைக் கொஞ்சம் கடன்வாங்கிக் கொள்வோம். கடனென்ன கடன், அதை அவர் நம்மிடந்தான் ஒப்படைத்துள்ளார். வலிமைப் பொருந்திய அவர் தைரியம், காப்பியப் பண்புள்ள அவர் குணநலம் - இவையெல்லாம் நமக்கே விட்டுச்சென்றுள்ளார். நம் ஆசானின் அடிச்சுவட்டில் பயணிக்க வேண்டாமா? நம் தந்தையின் கட்டளைக்கு கீழ்ப்படிய வேண்டாமா? அவர் தொடங்கிய போரை, அவரது போர்வீரர்கள் வெற்றிபெறச் செய்யாமல், ஒதுங்கிக் கொள்வது நியாயமாகுமா? மகாத்மா காந்தியின் முழுமையானச் செய்தியை இவ்வுலகிற்கு கொண்டு சேர்க்க வேண்டாமா?

அவரது குரல் மீண்டும் ஒலிக்காது. அதனாலென்ன? அவரது செய்தியை சமகாலத்திற்கு எடுத்துச் சொல்ல, குறைந்தது ஒரு மில்லியன் குரல்கள் இல்லையா நம்மிடம்? அடுத்துவரும் ஒவ்வொரு தலைமுறைக்கும் காந்தியைக் கொண்டு சேர்க்க நம்மிடம் ஒரு மில்லியன் குரல்கள் இல்லாமல் போய்விடுமா? சொல்லுங்கள். அவர் செய்தத் தியாகங்கள் வீண்போக வேண்டுமா? சிந்திய புனித இரத்தம், வெறுமனே நம் அழுகைக்கு எரிபொருள் சேர்க்க வேண்டுமா? கூடாது. அந்த இரத்தத்தை நெற்றியில் திலகமிட்டுக் கொண்டு, உலக அமைதிப் பேணும் நம் படையின் துருப்புச் சின்னமாக வைக்கக் கடவது அல்லவா அது? என் நடுங்கும் குரலைக் கேட்கும் இந்த உலகத்திற்கு நான் உறுதியளிக்கிறேன். மகாத்மாவின் சேவைக்காக 30 ஆண்டுகளுக்கு முன் என்னை எப்படி

அர்ப்பணித்தேனோ, உங்களையும் அப்படி அர்ப்பணிக்கவேண்டி உறுதியளிக்கிறேன்.

மரணம் என்றால் என்ன? மரணப் படுக்கையில் கிடந்த என் தந்தை, தான் இறக்கும் தருவாயில் சொன்னார், "உண்மையில் இறப்பும் இல்லை. பிறப்பும் இல்லை. உண்மையின் உயரிய நிலைகளை அடுத்தடுத்து அடையும் ஆன்மா மட்டுந்தான் உய்க்கிறது." இந்த உலகில் உண்மைக்காக வாழ்ந்தவர் காந்தி. ஒரு கொலையாளியின் கையால், அவர் தேடிய உண்மையின் உயர்ந்த நிலை உலகம் அறிய வெளிப்பட்டிருக்கிறது. அவருடைய ஸ்தானத்திற்கு நாம் செல்ல வேண்டாமா? அவரின் உயரிய செய்திகளை உலகிற்குப் பிரச்சாரம் செய்ய, நமது ஒன்றுபட்ட படைபலம் வலுவாக இருக்க வேண்டாமா? அவரின் வலிமை தாங்கிய படையில், மிகவும் இளையவள் நான். ஆனால் ஜவஹர்லால் நேரு, வல்லபாய் பட்டேல் போன்ற அவரின் அன்பிற்குரிய சீடர்கள் எனக்கு எப்போதும் பக்கபலமாய் இருக்கிறார்கள். இயேசு கிறிஸ்துவின் மார்பில் இருக்கும் புனித ஜான் போல, காந்தியின் நம்பிக்கைக்குரிய ராஜேந்திர பாபு இருக்கிறார். இன்னும் இவர் இறந்துவிட்டார் என்ற செய்தி கேட்டதும், இறுதி அஞ்சலி செலுத்துவதற்காய் இந்தியாவின் இடுக்குகளிலிருந்து பறந்து வந்த இலட்சோப இலட்சோப சீடர்கள் இருக்கிறார்கள்.

அவரின் நிராசையை நாமெல்லோரும் சேர்ந்து நிறைவேற்ற முடியாதா? அவரின் பல உண்ணாவிரதங்களைக் கண்டு நான் ஆச்சரியப்பட்டது உண்டு. அவருக்கு சேவை செய்யவும் ஆறுதல்படுத்தவும் சிரிக்க வைக்கவும், எனக்கு பெரும் பாக்கியம் வாய்த்திருந்தது. தன் உடன்கூட்டத்தார் சிரிப்பதை, மனம் இசைந்து ரசிப்பார். ஒருமுறை திகைத்துப்போய் நான் ஒன்று யோசித்தேன். சேவாகிராமிலோ, நவகாளியிலோ, இல்லை ஏதோவொரு தொலைதூரப் பிரதேசத்திலோ - காந்தி இறந்துபட்டால் நாம் அவரை எப்படிச் சந்திப்பது? நல்லவேளையாக அவர் தில்லியில் இறந்தார். கம்பீரம் வாய்ந்த மன்னர்களின் நகரத்தில், ஹிந்துப் பேரரசுகளின் புராதன பூமியில், முகலாயர்களின் பெருமைப் பொங்கிய வீதியில் அவர் இறந்துபோனார். இங்கு இறந்தது ஒருவகையில் சரிதான். மன்னர்களின் நடுவில் அவர் உடல் தகனம் செய்யப்பட்டதும் சரிதான். ஏனென்றால் அவர் மன்னர்களுக்கெல்லாம் மன்னராகத் திகழ்ந்தவர்.

> *"சமாதானத் தூதுவராக இருந்த அவர், ஒரு சிறந்த போர்வீரனின் அனைத்துவித மரியாதைகளுடனும் தகன மேடைக்கு அழைத்துச் செல்லுப்பட்டது சரிதான்; படைகளைப் போர்க்களத்திற்கு வழிநடத்திய மாவீரர்களைவிட, இந்தச் சிறிய மனிதர் துணிச்சல்காரர்தான். அவர்கள் அனைவரையும் விட வெற்றிகரமானவரும் கூட. இனி தில்லி, இதுநாள்வரை சொல்லப்பட்ட ஏழு ராஜ்ஜியங்களின் வரலாற்று நகரம் மட்டுமல்ல. அந்நியரிடம் அடிமைப்பட்ட இந்நாட்டின் சுதந்திர விலங்கை, சுதந்திரக் கொடிக் கொண்டு மீட்ட மாபெரும் புரட்சியாளரின் நினைவு மையமாகவும், சரணாலயமாகவும் அது திகழும்."*

என் தலைவர். என் ஆசான். என் பேரன்பிற்குரிய தந்தையின் ஆன்மா, சாந்தியடைய வேண்டாம்! தயவு செய்து சாந்தி அடைய வேண்டாம். சந்தனமேனியாய் எரிந்து போன அவரின் சாம்பல், சாந்தி அடைய வேண்டாம். அவர் எலும்பு மஜ்ஜையிலிருந்து உதிர்ந்துக் கொட்டும் தூள், இந்தத் தேச மக்கள் சுதந்திரப் போதையில் மிக யதார்த்தமாய் வாழும்வரை உத்வேகம் அளிக்கட்டும்.

எங்கள் தந்தையே, சாந்தி அடையாதீர்கள். எங்களையும் சாந்திபெற அனுமதிக்காதீர்கள். எங்கள் சத்தியத்தை நிறைவேற்ற வலிமை கொடுங்கள். உங்கள் வாரிசுகள், உங்கள் சந்ததிகள், உங்கள் காரியதரிசிகள், உங்கள் கனவுகளின் காவலர்கள் எங்கள் எல்லோருக்கும் வலிமை கொடுங்கள். உங்கள் வாழ்க்கை எவ்வளவு சக்திவாய்ந்ததாக இருந்ததோ, அதைவிட உங்கள் மரணத்தை சக்திவாய்ந்ததாய் வலுப்படுத்துங்கள். உங்கள் விருப்பமான காரணத்திற்காக, நீங்கள் ஈந்தத் தியாகம், மரணத்தைத் தாண்டி உங்களை வெகு தூரத்திற்கு கிடத்திவிட்டது. சென்றுவாருங்கள் தந்தையே!

ஒலிப் புத்தகம்

ஒலிவடிவில் கேட்க ஸ்கேன் செய்யவும்

நான்

இஸ்க்ரா

சதீஷ் குமார் என்ற இயற்பெயர் கொண்ட நான் இஸ்க்ரா எனும் பெயரில் இயங்கி வருகிறேன். 2019-ம் ஆண்டில் நடைப்பெற்ற விகடன் மாணவப் பத்திரிகையாளர் பயிற்சித்திட்டத்தில் பங்குகொண்டு, 2000த்திற்கும் மேற்பட்ட மாணவர்களில் சிறந்த 50 மாணவப் பத்திரிகையாளருள் ஒருவராகத் தேர்ந்தெடுக்கப் பட்டேன். முதுகலைத் தமிழ் இலக்கியம் படித்து வரும் நான் சமகாலக் கருத்தியலைக் கட்டுரை, கவிதை, காணொளி மூலமாக என் இணையதளம் மூலம் பதிவேற்றி வருகிறேன்.

பொருளாதாரத்தில் நலிவுற்ற அரசுப் பள்ளி மாணவர்க-ளுக்கு, திரு.சகாயம் ஐ.ஏ.எஸ் வழிகாட்டுதலின் கீழ் திண்-

ணைப் பள்ளித் திட்டம் மூலமாக இலவசப் பயிற்சி வகுப்புகளை நடத்தியுள்ளேன்.

2015-ஆம் ஆண்டில் நடைபெற்ற மாநில அளவிலான கால்பந்து போட்டியில் தமிழக அணியின் சார்பாக கலந்துகொண்ட நான் என் முதல் புத்தகத்தை 2020-ல் வெளியிட்டுள்ளேன். அவ்வகையில் இது என் இரண்டாவது புத்தகம்.

www.yavvanam.in
iskrathewriter@gmail.com
9025258486

www.ingramcontent.com/pod-product-compliance
Lightning Source LLC
La Vergne TN
LVHW010808051026
849532LV00007B/2478